ஈசலின் முதுகில்

ஹிதாயத்

ஏலே பதிப்பகம்

ஈசலின் முதுகில்– கவிதை
© ஹிதாயத் 2021
எழுத்தாளர்: ஹிதாயத்
முதல் பதிப்பு: அக்டோபர் 2021

வெளியீடு:
ஏலே பதிப்பகம்
5/175, பாத்திமா நகர்,
கூத்தென்குழி,
திருநெல்வேலி – 627104
தொடர்புக்கு: 9944992571

EASALIN MUTHUGIL- Poetry
All CopyRights Reserved By
© HITHAYATH 2021
Author: HITHAYATH
First Edition: Octoper 2021

Published By:
Aelay Publish
5/175, Fathima nagar,
Kuthenkuly,
Tirunelveli -627104
Phone: 9944992571

Design And Executed by

ISBN : 978-93-5533-110-6
Page : 111

அணிந்துரை.

திருமதி. **K.V.பீனா,MA,Blit,Mphil,B.ed.**
தமிழ் ஆசிரியர்.

பாலூட்டி வளர்த்த கிளி பழம் கொடுத்து பார்த்த கிளி
நான் வளர்த்த பச்சைக் கிளி நாளை வரும்
கச்சேரிக்கு .

ஆம் ! நமது வாழ்வில் நாம் கடந்து செல்லும்
பல்வேறு உறவுகளின் தனித்தன்மை ஒரு கட்டத்தில்
நம் கண் முன்னே மிகவும் பிரம்மாண்டமாக பறந்து
விரிந்து காட்சி தரும் வேளை, நாம் பரமானந்த
எல்லையைத் தொடுகிறோம்.

அது போல ஒரு ஆசிரியை,மாணவன் என்ற
உறவில் துவங்கி,சிறு மழலை,கனிப்பேச்சு,என
அசத்தலான கண்ணசைவும், உடல்மொழியும்,
தெளிந்த பேச்சுத் திறனும் கொண்ட ஒரு குழந்தை
முகம் இன்னும் என் கண் முன்னே நிழலாடுகின்றது.
என் மனம் சிலிர்க்கிறது.

ரஹ்மான் என்ற அந்த ஆலம் விதை அன்று அரும் பெரும் சாதனைகள் புரியப் பிறந்தவன் என்று என் உள்ளம் கூறியது பலமுறை.

"கடுகு சிறுத்தாலும் காரம் பெரிது

"என்பதற்கேற்ப,அந்நாளில் நிறைய பேச்சு போட்டிகள்,கவிதைப் போட்டிகள் என விதை வளரத் தொடங்கியது. அந்த ஆலம் விதை வளரவும், அதன் விழுதுகளில் ஊஞ்சல் கட்டி ஆடவும், சந்தோஷக் களிப்புடன் அனைவரும் எதிர்பார்த்துக் காத்திருந்தோம்.

திடீரென்று கால வெள்ளத்தின் திரள்களுக்கிடையே ஒரு இடைவெளி வந்தது.மனித மனதின் அடிப்படைத் தன்மையான "சுயம் காத்தல்" போல அவரவர்கள் தத்தம் வாழ்க்கை வாழ முனைந்தோம்.

என்றும் இந்த ஆசிரியையின் மனம் தன் மணிப்பிள்ளைகளை நினைத்து அவர்தம் சிகரத்தைக் குறித்து கற்பனை செய்யும்.அந்த எண்ண அலைகள் முழு சக்தி பெற்று ஒரு அருமையான திருவேளையில்,சின்னக்கவியாக இருந்த ரஹ்மானை, ஒரு குடும்பத்தலைவனாக,நல்லதொரு தகப்பனாக,அருமையான கணவனாக என் கண்முன் கொண்டுவந்து நிறுத்தியது.அக்கணம் என் மனம் நிறைந்தது.

தான் தனது இலக்கியப் பாதையில் சென்று கொண்டிருக்கும் தூரம் குறித்தும் தனது கவிதைத் தொகுப்பு குறித்தும் உணர்ச்சிப் பூர்வமாக எடுத்துக் கூறிட ஒரு நேரம் வந்தது.

அந்த நேரம் நான் கவனித்த அந்த முகத்தில் அதே மின்னல் பார்வை,குறிக்கோளை எட்ட முனையும்

ஹிதாயத்

உத்வேகம்,சிறிதும் குறையாமல் இருப்பதைக்
கண்டேன்.சந்தோசம் கொண்டேன்.
   கவிதைகள் ஒவ்வொன்றும் ஒரு பெரும்
தாக்கத்தைத் தருவதை,உணர்வுப்
பூர்வமாக,நிதர்சனமாக
உணர்ந்தேன்,பூரிப்படைந்தேன்.
   *"ஒலிபெருக்கி அருகில் கையடக்கப்
பதிவானை வைத்தே ஓங்கிடும் என் குரல்
பிடிப்பாய், இன்று நீ பிரமையாய் ஓலமிடும் என்
மனம் புரியாயோ,என் முதலாம் பரிசை உனக்கு
காட்ட உன்னைத் தேடிக்கொண்டிருக்கிறேன்
.ஏக்கத்தோடு கண்ணீருடன்"* .
   உன் தந்தை உன்னில் கலந்துள்ளார்,எங்கே
போனாலும் அவரும் வருவார், கண்ணாடி பாரு
அவரும் தெரிவார், அவரது மூச்சு உனக்குள்ளும்
உண்டு,ஆழ் சுவாசித்து உற்று கவனி, அவரை உன்
ஆன்மாவில் உணர்வாய் !
   *"தொடும் உணர்வில் விழித்திடுவாய், கடும்
சொல்லால் ஏச மாட்டாய்,
   கெடும் கேடெனக்கு வந்தாலே, விடும் வரை நீ
விலகமாட்டாய்"*
   தாயின் மனதைத் தெள்ளத் தெளிவாக விளக்கிய
நீ, அவரது இருப்பை நீ உணரவில்லையா ? உனது
நிழலாக அவரது பயணம் தொடர்கிறது கவியே !
   *சுதந்திரமென்ற பெயரில் நிரந்தரமாய்க்
கலாச்சாரம் மறந்திடும் மாந்தர்களை உயிரோடு
வதந்தனைச் செய்திடும் உயர் பண்பாட்டைக்
கொண்டவள் தமிழன்னை.*
   நரம்பில் தன்மானத்தை முறுக்கேற்றும் வைர
வரிகள்.உண்மையான தேச பக்தி உடையவனுடைய
மூளை மட்டுமே இங்ஙனம் சிந்திக்கும் .

*"நீ ஒற்றுமையைத் தந்தாய், அதை
விலங்கினங்களிடம் விட்டுவிட்டு அமைதியான
உலகத்தை உன்னிடம் வேண்டுகிறோம்"*
நிதர்சனமான உண்மை, நெற்றிப்பொட்டில் ஆணி
அடித்தாற்போல.

*"ஊமைமகள் அவளும் அழுதாள் அழுதே
நிலத்தடி நீர் வற்ற வைத்தாள், பெரிய
ஆமைகளின் ஓடு ஒத்த வடிவு கண்டாள்
உடலெங்கும் வெடிப்பு கொண்டாள்"*
பூமித்தாயின் வேதனை,விவசாயத்தின் சரிவு,வறட்சி
இதனை இதற்கு மேல் விளக்க வரிகள் இல்லை.
சபாஷ் கவியே !

*வேண்டுதலாய்க் கேட்கின்றோம் மலரா
மொட்டுப் பூக்களைப்
பறிக்காதீர்கள்.ஆண்டவனின் அன்புப் பரிசு
சிறுபெண் பூக்களைத் தயவு செய்து
பறிக்காதீர்கள்".*தலை விரித்தாடும் பாலியல்
வன்முறையை தரைமட்டமாக்கப் பிறந்த வரிகளோ
இவை.அருமை!அருமை!.

*"இத்தனையும் போல் பலவும் எளிதல்ல
,எல்லாமும் இதோ இதற்காகத்தான் .எத்தனை
வகையானாலும் உழைப்பும் இந்த வயிற்றுப்
பிழைப்புக்காகத்தான்."* இத்தனையும் என
அத்தனை தொழில்களையும் வரிசைப்படுத்தி அதன்
வேதனைகள் அனைத்தும் ஒரு சாண்
வயிற்றுப்பிழைப்புக்கென அடித்துக்கூற இக்கவி
முயன்றது அனைவர் வயிற்றிலும் பால் வார்த்தது.

*"தொடரியைப் போல நீண்டு செல்லும் பாவம்
செய்கின்றார் மனிதர் இறைவன் பிடரி
நரம்பினும் நெருக்கமாய் தம்மை ரகசியமாய்
கண்காணிப்பதை மறந்தே"* இந்த அடிவயிற்றில்
இடி இறங்கும் ஒவ்வொரு வரிகளையும் மனித

ஹிதாயத்

வர்க்கம் மனதில் வைத்தால் பிழைகள் நடக்குமா ?
எழுப்பட்டும் உனது வைர வரிகளின் தாக்கம் ஒரு
விழிப்புணர்வை கவியே !

இந்திய கலாச்சாரம் ,பண்பாடு ஆடை
அணிகலன்கள், உலக அளவில் பெயர் பெற்று
விளங்கி வந்தது.இன்று நாகரீகமென வேஷமிட்டு
அலையும் அற்ப அறிவு ஜீவிகளைக் காட்டிய
இத்தொகுப்பு ,

"இப்படியும் ஓர் நாள் வரலாம், காதணி கூட
வரையப்படும் காலமிது,எழில் தப்பாது
அழகூட்டும் அணிகலன்களே பெண்ணுக்கே
அழகென்போம்,அதில் மூக்குத்தியும்
ஒன்றென்போம் "

உன் வரிகளின் சவுக்கடிகள் பட்டு மாறட்டும் புதுக்
கலாசாரம்.

இறைவன் எனும் துப்பறிவாளன் ,நம்
அனைவரையும் பார்த்திருப்பான் என்பது நம்முள்ளே
உயிராற்றலாக எந்நேரமும் நிறைந்துள்ள
இறைப்பேராற்றல் நம்மைக் கவனிக்கிறார் வழி
நடத்துகிறார் என்பதன் மூலம் இது கட்டாயம் தலை
தூக்கி சிந்திக்க வைக்கும்.உன் கவிதை வரிகள்
ஆன்மீகத்தின் உச்சம் தொடுவதை
உணர்ந்தேன்.தன்னைக் காத்து நடத்தும்
இறைமையை முன்னிறுத்தும் எவரும்
தோற்றதில்லை.
என்றும் உன்னைப்போல *புரட்சித்தீ,ரகசிய*
கண்காணிப்பு,பிரித்தலும் பிரித்தல் நிமித்தமும் ,
சுயத்தை இழந்து,மழலை
மொழி,யானை,ஆளில்லா சாலைகள்,நிழலே
நீ,எதிர்த் துருவம்,மிட்டாய்
தாத்தா,தாலாட்டு,துப்பறிவீர்,மணமாலை,பயம்,
பால் நிலவே,துணி வியாபாரி,தேநீர்

விடுதி,ஊஞ்சல்,ஏவுகணை நாயகன்,மலரின்
ஸ்பரிசம்,துப்புரவுப் பணியாளர்கள், அதிகாலைக்
குளிர்,புகைப்படக்கலைஞர்,பெண்
தெய்வங்கள்,போதை............

அப்பப்பா எத்தனை எத்தனை வகைகள் நீ
வார்த்த கவிதைகளின் முகங்கள்,வார்ப்புகள்
ஒவ்வொன்றும் பல வர்ணம்,பல சுவை,பல வகை
எண்ண ஓட்டங்களின் ஓட்டு மொத்த படையெடுப்பு.

மொத்தத்தில் போதையோ போதை,படிப்பவர்க்கு
படித்து முடித்ததும் தெளிவோ தெளிவு.இந்த இரண்டு
அம்சங்களும் நிரைந்து தளும்பும் இக்கவிதைத்
தொகுப்பினை உன்னையுமனுமதி கேட்காமல்
,உனது தாய் தந்தையின் பாதத்தில்
சமர்ப்பிக்கிறேன்.அவர்தம் குளிர் ஆசி உன்னை
நனைத்து, நீ எடுத்து வைக்கும் ஒவ்வொரு அடியும்
அடையாளத்துடன் ஆழமானதாகவும் விளங்கி,ஆலம்
போல் தழைத்து ,அருகு போல் வேரூன்றி, வாழை
போல் பல்கிப் பெருகி, வாழ்க வளமுடன்.

குட்டிப்பாரதியாக வருங்கால
கவி.முத்துக்குமாராக நீ ஒளிரப் போவது
உறுதி.அடிமேல் அடி வைத்தால் அம்மியும் நகரும்
இது உனது வாழ்வில் உண்மையாகும் தருணம் வெகு
தொலைவில் இல்லை.கடந்தவை வெறும் குப்பைகள்,
நடக்கப் போகிறவை வெறும் கனவுகள்,நடந்து
கொண்டிருப்பவை மட்டுமே நித்தம் நம்மை காத்து
வாழ வைக்கும் படிக்கற்கள்.அழுந்தக் கால்தடம்
வை.விறுவிறு வென ஏறிச்செல்.உனக்கான சிகரம்
இதோ உன் கண் முன்.ஏவுகணை போல் உன்
கனவுகளை நோக்கி முன்னேறு !
உன்னால் இன்று விதைக்கப் படும்
கருத்துகள்,நாளை உலகமே பேசும்
சரித்திரமாகட்டும்.

ஹிதாயத்

உன்னால் இப்புவிக்குப் பெருமை ! உன்னை மாணவனாகக் கொண்டதால் எங்கள் ஆசிரிய சமூகத்திற்குப் பெருமை ! எல்லாப் புகழும் இறைவனுக்கே !

எனக்கும் இந்த அணிந்துரையை எழுதும் பெரிய வாய்ப்பினைத் தந்த பேருள்ளம் கொண்ட என் அறிவு ஜீவியான மாணவன் ரஹ்மானுக்கு இதனை சமர்ப்பிக்கிறேன்.என்றும் திருவின்,குருவின்,அன்னை,தந்தையின் ஆசிகள் உன்னைச் சூழ்ந்து நிற்கட்டும்.

இந்த ஆசிரியர் தினத்தில் ,ஆயிரம் விருதுகளைப் ஒரு சேரப் பெற்ற பெற்ற மகிழ்வைத் தந்தாய் என் மழலை மாணவனே ,எனதருமை ரஹ்மானே! கோடி கோடி நன்றிகளையும் உனக்கு உரித்தாக்குகிறேன்.

என்றும் உன் நலம் நாடி,வாழ்த்தி,உனக்காகப்
பிரார்த்திக்கும்
உனது ஆசிரியை.

K.V.பீனா,MA,Blit,Mphil,B.ed.
தமிழ் ஆசிரியர் ,
ஊராட்சி ஒன்றிய
நடுநிலைப்பள்ளி ,
கேர்பெட்டா,கோத்தகிரி.
நீலகிரி.
05.09.2021

என்னுரை.

சர்வ உலகையும் படைத்துப் பரிபாலிக்கும் ஈடு இணையற்ற இறைவனின் திருநாமத்தைப் போற்றிப் புகழ்ந்தவனாய் இந்தப் புத்தகத்தினை ஆரம்பம் செய்கின்றேன்.

எனக்கும் ஒரு வாய்ப்பளிக்கும் விதமாக , இந்தப் புத்தகத்தை உங்கள் கரங்களில் வைத்திருக்கும் உங்கள் ஒவ்வொருவருக்கும் என் இதயம் கனிந்த நன்றிகளைத் தெரிவித்துக் கொள்கிறேன்.

பள்ளிக்கூட வாழ்வின் இலக்கிய மன்றங்களில் ஆரம்பித்தது என் இலக்கியப் பயணம்.அப்பாவின் விரல்களைப் பிடித்தபடி ,பேச்சுப் போட்டிக்காக முதலில் மேடை ஏறினேன்.மேடைப் பேச்சு என் உயிரோடு கலந்தது.காலங்கள் உருண்டோடியது.பிடிக்க விரலற்று அப்பாவை இழந்து நின்றேன்.என் அன்புக்குரிய உடன்பிறப்புகளாலும்,என் மரியாதைக்குரிய ஆசான்களாலும் தடையின்றித் தொடர்ந்தது என் பயணம் .

கல்வியைக் கடந்து வாழ்வை கடத்த தொடங்கிய போது ,இலக்கியத்துக்கும் எனக்குமான தொடர்பு முற்றிலுமாய் அற்றுப் போனது .
என்னால் முடிந்த அளவு அந்த ஆர்வத்தை குறையாமல் வைப்பதற்கு பள்ளிக்கூட மாணவர்களுக்கு கட்டுரை,பேச்சுப்போட்டிகளுக்கு எழுதித் தருவது என என் பயணத்தை தொடர்ந்து வந்தேன்.புத்தகத் தேடல் ,வாசிப்பு என அந்த ஆர்வம் குறையாது பார்த்து வந்தேன்.அவ்வப்போது பிறந்த நாள் வாழ்த்து ,திருமண வாழ்த்து என சிறுசிறு கவிதைகளை எழுதி வந்தேன்.

ஹிதாயத்

வாசிப்பு ஆர்வம் அதிகமாக அதிகமாக தேடல் இன்னும் அதிகமானது.அதன் பலனாக பிரதிலிபி எனும் இணையதளம் கிடைத்தது.மெல்ல மெல்ல மீண்டும் எழுத துவங்கினேன்.என் கவிதைகளுக்கு வரவேற்ப்பும் அங்கு கிடைத்தது.சிறு சிறு கவிதைப் போட்டிகளில் கலந்து கொண்டேன் .காக்கை வனக் கவிகள் தொகுதி 2 என்ற புத்தகத்தில் என்னுடைய கவிதைகள் சில வெளிவந்தன.மீண்டும் மனதின் ஓரத்தில் ஒரு சிறு நம்பிக்கை துளிர்த்தது.நான் கவிதைகளின் மேல் கொண்ட காதல் இன்னும் அதிகமானது.அதன் தாக்கமே இந்த புத்தகம் .

இந்தத் தமிழ் இலக்கியத்தின் மாபெரும் சமுத்திரத்தில் ஒரு சிறு நீர்த்துளியை விட சிறியதாக இங்கே விழுந்திருக்கிறேன்.இந்த ஈசலின் முதுகில் எனும் இந்த கவிதைத் தொகுப்பானது ஒன்றை மட்டும் சாராமல் என் எண்ண ஓட்டங்களை மட்டும் பிரதிபலித்து ,பல்வேறு தலைப்புகளில் என்னுடைய முயற்சியினை மட்டுமே வெளிப்படுத்தி இருக்கும்.

என்னுடைய நீண்ட நாள் கனவினை நனவாக்கும் வகையில் இந்தப் புத்தகத்தைப் பிரசுரிக்க ஆலோசனை வழங்கி வாய்ப்பளித்த ஏலே பப்ளிஷர் குழுமத்திற்கும் ,அணிந்துரை வழங்கிய என் முதலாம் வகுப்பு ஆசிரியர் திருமதி .பீனாசுதாகரன் அவர்களுக்கும், என்னை ஊக்கப் படுத்திய என் நண்பர்களுக்கும் ,என் கனவுகளில் இன்று வரை பங்கெடுத்து வரும் என் குடும்பத்தார்களுக்கும் என் இதயம் கனிந்த நன்றிகளை தெரிவித்துக் கொள்கிறேன்.

-ஹிதாயத் .
கு.ஹிதாயத்துர் ரஹ்மான் .
கோயமுத்தூர் .
9445271366.

சமர்ப்பணம்.

என்றும் என்னுடன் என் நினைவுகளில் நின்று
என்னை வழி நடத்தும் என் அன்புத் தந்தையார்
அமரர்.P.S.குத்புதீன் அவர்களுக்கும்,என் அன்பு
மச்சான் அமரர் H.நிஜாமுதீன் அவர்களுக்கும்
,என்னுடைய தமிழாசிரியர் அமரர் துரை.செல்வராஜ்
ஐயா அவர்களுக்கும் இந்நூலை சமர்ப்பணம்
செய்கின்றேன்.

ஹிதாயத்

சமர்ப்பணக் கவிதை.

(2004ல் எழுதியது.)

ஆறரை கோடி பேர்களில் ஒருவன்
ஆற்றலோடு மேடையேறும் பேர்களில் ஒருவன்.

மனத்திலே விதைத்திட்டாய் ஆசானே
மாண்புடனே பரிசு பெற்றேன்.

மற்றையோரும் பாராட்ட மாலைக்கதிரோன்
முகங்காட்ட மகிழ்வுற்று நின்றேன்
மாண்பான உன்முகம் தேடினேன்.

கட்டை விரலில் கட்டுப்படுத்தி
காண்போர் முன் கட்டவிழ்த்து விட்டு
கடைசி இருக்கையில் அமர்வாய்.. கணவானே....

இன்று அந்த கட்டைவிரலும் கனிவாய்ச் சிரிப்பும்
இல்லையே என்று கலைநிலா   மறைவென்றால்
இன்பமிழக்கும் புவியே போல் நின் இழப்பால்
இதயத்தை இழந்தே தவிக்கின்றேன் .....

அன்று நீ அந்தக் காகிதத்தின்கண்
எழுதினாய்   .
இன்று அதை உன் மகன் வரையாமலே
உரையாற்றும்
அந்த மகிழ்வைக் கண்டு களிக்கும் முன்னரே
அந்தோ இறைவன்பால் சென்றாயே தந்தையே...

உன் மறைவை அறியாத நண்பர் சிலர்
உண்மையாளர் மறைந்தாரா என்று மனம்

ஈசலின் முதுகில்

உருகிக் கேட்கும் தோறும் கசங்கிப்   போகும்
உள்ளம் நிமிர நாழி பலவே செல்லுதய்யா....

நிறைபடுத்தும் குறை அல்லவே
நின்றன் நீங்கா இழப்பதுவே தந்தையே....

ஒலிபெருக்கி அருகில் கையடக்க பதிவானை
வைத்தே
ஓங்கிடும் என் குரல் பிடிப்பாய். இன்று நீ
பிரமையாய்.
..........ஓலமிடும் என் மனம் புரிவாயோ..

நல்வாழ்த்துக்கள் நிறையும் நிறைவோடு
நனைந்த புட்கள் என்னைச்சுற்றி சிறகடிக்க
நண்பர்தம் வாழ்த்தோடு நம்பிக்கையை உணர்த்தும்
நண்பன் சூரியனும் ஒளிபெருக்க ,
நன்றியோடு நானே நடைபயின்றேன்...

நட்டநடு மைதானத்தில் உன்முகம் காண
ஏங்கினேன்.
தந்தையே என் முதலாம் பரிசை உனக்கு காட்ட
உன்னைத் தேடிக்கொண்டிருக்கிறேன்.
ஏக்கத்தோடு...........

கண்ணீருடன்
உன் அன்பு மகன்.....

அம்மா.

நடுநிசிகள் பாராது,
சுடுசோற்றைப் பரிமாறி,
அடுப்படியில் அமர்ந்திருந்து,
படுத்துறங்கா அம்மாவே,

தொட்டிலில் நான் கிடந்த நாளெல்லாம்,
நெட்டி முறிக்க உனக்கு நேரமில்லை,
வெட்டியாய் நான் இருந்தாலும்,
பட்டினியாய் நீ என்னை விட்டதில்லை,

செல்ல அடி கொடுத்திடுவாய்,
மெல்ல எனை அரவணைப்பாய்,
நல்ல பெயர் நான் பெறவே,
செல்லும் வழி காட்டிடுவாய்,

தொடும் உணர்வில் விழித்திடுவாய்,
கடும் சொல்லால் ஏச மாட்டாய்,
கெடும் கேடெனக்கு வந்தாலே,
விடும்வரை நீ விலக மாட்டாய்,

களைப்பில் நான் உழலும் போதும்,
சளைக்காமல் நீ மருந்திடுவாய்,
விளைத்த உன் புன்னகையால்
திளைத்திடுவேன் மகிழ்வில் நானும்,

வேதங்கள் சொல்லுமிங்கே தாயின்
பாதங்களின் கீழே சுவனம் என்று,
பேதங்கள் இல்லை தாய் பாசத்தில்,
ஓதுங்கள் தாயின் தியாகங்களை.......!!

தந்தை .....

சந்தைகளில் நீ உழைத்து ,வியர்வை
கந்தலாய் வீட்டுக்கு வந்திடுவாய்.
மந்தையாய் பாரம் மனதில் இருந்தும்
தந்தையே நீ திகட்டாத அன்பு தருவாய்.

பாரம் சுமந்த பிணி நீங்க இரவின்
ஓரத்தில் யாருமறியாது அழுதிடுவாய்.
தூரத்தில் நீ பணி செய்கையில் எனக்கு
வீரத்தின் நாயகனாய் தெரிந்திடுவாய்.

தப்புக்கு தண்டித்து நான் உறங்கியதும்
அப்புறமாய் நீ வேதனைப் படுவாய்.
ஒப்புக்கு கண்டித்து மனதில் அழும் நீ
எப்படியப்பா வில்லனாய் நடித்தாய்.

அழுத கண்ணீர் இல்லை உன்னிடம்
பழுதோ உன் மனம் என்றே எண்ண
தழுதழுக்கும் கவலையையும் நீ
வழுக்காது வெற்றி கண்டாய்.

எழுதித் தீராது தந்தையவன்
உழுது சென்ற நம் வாழ்வெனும்
புழுதி படிந்த வயல்வெளியில்,நமக்குள்
விழுதாய் வளரட்டும் தந்தையெனும்
ஆலமரம்.

.

தனித்தன்மையானவள்.....

கோர்த்தும் பிரித்தும் ஒப்பிட்டும் அழகுற
   வர்ணித்தும் எழுதிடினும் பேசிடினும்
சேர்த்தாலும் பிரித்தாலும் எழில் மாறா
   அழகுச் செல்வம் உயிர்கலந்த அவள்.

பொதிகைக் குளிரென கவிபல தந்து
   இதயம் குளிரச் செய்திடுவாள்.
எதிலும் இனிமையாய் முதலில் அவள்
   உயிர்க்கு மரியாதை தந்திடுவாள்.

பலவாறு வெளிப்பட்டாலும் ஆதி மூலம்
   ஒன்றுதான். அவள் கவிப் படைப்பு
சிலவற்றுக்கு அகராதி கொண்டுதான்
   அர்த்தமும் தேடிடவே வேண்டும்.

சுதந்திரமென நிர்வாணத்தைக் காட்டும்
   மேலையர்தம் பழக்கத்தை உயிரோடு
வதந்தனைச் செய்திடுவாள் மானமிகு
   உயர் பண்பாட்டைக் கொண்டவள்.

நுனிப்புல்லே அவளை நானெழுதும்
   எழுதிய கவி பலவும் .உலகில்
தனித்தன்மை கொண்டவள் அவள்
   தான் என்னுயிர்த் தமிழன்னை.

நன்றி கெட்டவர்கள் ....

இறைவா,

நீ பொம்மை தந்தாய் ,அதை விரைவாக
உடைத்து விட்டு புதிய பொம்மையை உன்னிடம்
வேண்டுகிறோம்.

நீ நண்பர்களைத் தந்தாய், அல்லாத செயலுக்கு
ஒன்று கூடி நல்ல நட்பை
உன்னிடம் வேண்டுகிறோம்.

நீ கல்வி தந்தாய்,அதை தலைக்கனமாக்கி விட்டு
புதிதாய் கற்க உன்னிடம் வேண்டுகிறோம்.

நீ பொருளாதாரத்தைத் தந்தாய், அதை எங்களுக்கு
மட்டுமே மேலும் நிறைய
உன்னிடம் வேண்டுகிறோம்.

நீ காதலைத் தந்தாய், காமத்தை மட்டும் அதில்
எடுத்துக்கொண்டு அமைதியை
உன்னிடம் வேண்டுகிறோம்.

நீ பிள்ளைகளைத் தந்தாய், எங்கள் வளர்ச்சியே
ஏடாகூடம், அவர்களை வளர்க்கும் வழி உன்னிடம்
வேண்டுகிறோம்.

ஹிதாயத்

நீ இயற்கையைத் தந்தாய், அதை நிர்மூலமாக்கி
விட்டு உடல் நலத்தை
உன்னிடம் வேண்டுகிறோம்.

நீ அறிவைத் தந்தாய், அதை தவறாய்ப்
பயன்படுத்தி விட்டு ஆராயும் அறிவை
உன்னிடம் வேண்டுகிறோம்.

நீ ஒற்றுமையைத் தந்தாய், அதை
விலங்கினங்களிடம் விட்டுவிட்டு அமைதியான
உலகத்தை
உன்னிடம் வேண்டுகிறோம்.

நீ வேண்டியதையெல்லாம் தந்தாய்,
வாங்கியதும் முடியை மட்டும் தந்து விட்டு, அடுத்து
நீண்ட தேவைகளை
உன்னிடம் வேண்டுகிறோம்.

நீ வேண்டாததையும் தந்தாய் , உடல்நலம்,
உயிர்,உணவு,உறவு என அனைத்தும் பெற்று நன்றி
செலுத்தாது மீண்டும்
உன்னிடம் வேண்டுகிறோம்.

மன்னித்து விடு இறைவா ,
நாங்கள் நன்றி கெட்டவர்கள்.......

வயல் வெளி....

செந்நிறக் குழந்தையவள் காளைகால்
    கலந்து ஏர்க்கலப்பையால் பூப்பெய்தி
அந்நிறம் மாறிடவே மணவாள னென
    விதைகளையே மணம் புரிகிறாள்.

கருக்கொண்டு தனக்குந்தன் பிள்ளை
    அதற்கும் பக்குவமாய் நீரருந்தி உர
எருக்கொண்டு பசியாற்றி வயிற்றுக்கு
    வெளியே பிள்ளை சுமக்கிறாள்.

பேறுகால அதிசயமாய் ஆயிரமாயிரம்
    பிள்ளை பெற்றெடுக்கிறாள்.பின்
தேறுதலாகி அடுத்த பிள்ளைக்கெனவே
    இடைவெளி விட்டுத் தயாராகிறாள்.

அவ்வழகு மகள் சூல் கொண்ட நாளும்
    பச்சை உடை அணிந்திருப்பாள்.நல்ல
செவ்விளநீர் குளிரென காற்றால் நமை
    கட்டி யணைப்பாள்.முத்தமிடுவாள்.

வான் பொய்த்துப் போனதனால் அவள்
    கருப்பையும் சிறுத்தாள்.இயற்கைத்
தேன் சொட்டும் சோறு உயிருக்களிக்க
    இயலா மலடாகிப்போனாள் பல இடம்.

ஹிதாயத்

எங்கும் வேகம் எதிலும் வேகம் அதுவே
   இங்கும் வேகம் அம்மகள் திகைத்தாள்
தங்கும் புழுவும் அமிலத்தில் துடிக்க இடி
   என உழுவந்துச் சக்கரம் மிதிக்கவே

ஊமைமகள் அவளும் அழுதாள் அழுதே
   நிலத்தடி நீர் வற்ற வைத்தாள்.பெரிய
ஆமைகளின் ஓடொத்த வடிவு கண்டாள்
   உடலெங்கும் வெடிப்பு கொண்டாள்.

போதவில்லை மூளைக்காரனுக்கு இனி
   அவள் கருப்பையையும் தோண்டிச்
சோதனையிட்டு விலைமிகு வாயுதனை
   தேடுகின்றான்.உழவன் அழுகிறான்.

ஆய்வுக்கும் வாயு தேவை தான் வயிறு
   நிரம்ப வயல்தான் தேவை.பசி எனும்
நோய் கொல்லும் வயலழிந்தால் மனித
   வாழ்வும் தான் அழிந்திடுமே.....

பூக்களைப் பறிக்காதீர்கள்.....

பூவுக்கும் மணமும் அழகும் மென்மை
        அதும் தனித்ததொரு அழகென்பார்.
தீவுபோல் பிரச்சனை சூழ்ந்து வாழும்
        மனிதருக்கும் அது ஒப்பாகும்.

மோசமே பூக்களைப் பறித்தலும் மனித
        உணர்வெனும் பூக்களைப் பறித்தலும்.
ஈசலென ஓர்நாளே பூ ஆயுள்.அளவிலா
        நாளுமுண்டே மனித ஆயுளுக்கும்.

வாழ்வின் கனவும் லட்சியமும் பலவும்
        பூப்போலே உருவாகும் வடிவாகும்
ஆழ்மனதின் மண்ணில் வேரூன்றிய
        செடிப்பூக்களே மனித உணர்வுகளாம்.

கேலியும் கிண்டலுங் கொண்டு மனித
        புன்னகைப் பூக்களை பறிக்காதீர்கள்.
வேலிதாண்டி தோழனின் குடும்பத்தில்
        பூத்த மகிழ்வுப் பூவை பறிக்காதீர்கள்.

ஹிதாயத்

நிறைவேறா லட்சியசத்திற்காய் மகவு
    தம் கனவுப்பூக்களை பறிக்காதீர்கள்.
குறையிலாது வாழ பணிபுரியும் பெண்
    மானப் பூக்களைப் பறிக்காதீர்கள்.

உம்மை விட உயரக் கூடாதென சிலரின்
    திறமைப் பூக்களைப் பறிக்காதீர்கள்.
தம்மை விட உயிரெனக் கருதும் குடும்ப
    மானப் பூக்களைப் பறிக்காதீர்கள்.

வேண்டுதலாய்க் கேட்கின்றோம் மலரா
    மொட்டுப் பூக்களைப் பறிக்காதீர்கள்.
ஆண்டவனின் அன்புப்பரிசு சிறுபெண்
    பூக்களை தயவுசெய்து பறிக்காதீர்கள்.

வயிற்றுப் பிழைப்பு.....

அதிகாலைப் பால் செய்தித்தாள்காரன்
    தூக்கம் போவதும் இதற்காகத் தான்.
எதிலும் கூச்சமின்றி குப்பைத் தொட்டி
    சுத்தம் செய்வதும் இதற்காகத் தான்.

வீடுமறந்து வீட்டிலும் பணிபுரிந்து லட்ச
    ஊதியம் பெறுவதும் இதற்காகத்தான்.
தேடுநிலைக் கடைஊழியனும் சொச்ச
    ஊதியம் பெறுவதும் இதற்காகத்தான்.

அந்தரத்தில் கூத்துகளும் வர்ணமடித்து
    ஊதியம் பெறுவதும் இதற்காகத்தான்.
அந்தரங்க தேவைமறந்து வெளிநாட்டில்
    ஊதியம் பெறுவதும் இதற்காகத்தான்.

குடும்பம் மறந்து தூரமாய் வண்டி ஓட்டி
    ஊதியம் பெறுவதும் இதற்காகத்தான்.
கடும்பனியும் சுடும்வெயிலுமா னாலும்
    ஊதியம் பெறுவதும் இதற்காகத்தான்.

எழுத்தின் வடிவும் குரலும் சிலருக்கும்
    ஊதியம் பெறுவதும் இதற்காகத்தான்.
கழுத்தறுக்கும் கயவர் சிலர் கூறிடும்
    பல காரணமும் இதற்காகத்தான்.

ஹிதாயத்

சொந்தத்தொழிலோ ஊதியமோ அதில்
        பலனை பெறுவதும் இதற்காகத்தான்.
எந்த நிலையிலும் உழைத்தாகவேண்டு
        மென்ற கட்டாயமும் இதற்காகத்தான்.

பழங்களும் பலவும் தலைமீது அமர்ந்து
        வீதிகளில் வலமும் இதற்காகத்தான்.
குழந்தைதொழில் கூடாது சில இடம்
        அதுவும் நிகழ்வதும் இதற்காகத்தான்.

வயிறும் பிழைக்க உழவன் தேவை அவ –
        னழுவதும் உழுவதும் இதற்காகத்தான்
கயிறிட்ட பம்பரமாய் உயிர்கள் சுழன்று
        திரிவதும் ஓடுவதும் இதற்காகத்தான்.

இத்தனையும் போல் பலவும் எளிதல்ல
        எல்லாமும் இதோ இதற்காகத்தான்.
எத்தனை வகையானாலும் உழைப்பும்
        இந்த வயிற்றுப் பிழைப்புக்காகத்தான்.

பேருந்து பயணம்....

இது சுற்றுலாப் பயணம் அல்ல எங்கள்
    அன்றாட வாழ்வின் எழில் பயணம்.
வெதுவெதுப்பில்லாத வியர்த்தொழுகா
    மலையரசியின் மடியில் பயணம்.

மேட்டுப்பாளையம் தாண்டி மலை ஏறும்
    பேருந்து முனகிக் கொண்டே நகரும்.
காட்டுப்பாதையாய் எம்மூர் பேருந்துப்
    பயணமும் மிகையாய் இனிமை தரும்.

வனமரங்களின் கலவை மணமும் வன
    விலங்கு சப்தங்களும் தைல மரமும்
தனதாக்கி பேருந்தில் வருவோரை பனி
    குளிர்போர்த்தி வரவேற்கும் எம்மூர்.

யானை வழித்தடங்களும் காட்டெருமை
    கூட்டங்களும் மறியல் செய்யும்
மானைப் பார்க்கலாம் நிமிடத்தில் அது
    மறைந்தோடும் பேருந்தைக் கண்டே.

வாயின் பற்களும் தாளமிடும் புதிதாய்
    வருவோர்க்கு காதடைக்கும் பயணம்.
தேயிலைத் தோட்டத்தைக் கிழித்தபடி
    செல்லும் எம்மூர் பேருந்துப் பயணம்

ஹிதாயத்

சுற்றுலா செல்வோர்க்கே இதெல்லாம்
    அன்றாடம் அங்கே பேருந்தின் பயண
வெற்றியென பேருந்தை இயக்குவோர்
    பயணிப்போர் திரும்புதல் அதிசயம்.

கொண்டை ஊசி வளைவுகளும் மண்
    சரிவுப்பாதைகளும் மேடுபள்ளமும்
கெண்டைக்கால் முதல் உச்சந்தலை
    நரம்பினையும் சிலிர்க்கச் செய்யும்.

ஒற்றையடிச் சாலைகளில் ஒரு பேருந்து
    மட்டுமே செல்ல இயலும் எதிரிலே
மற்றைய வாகனம் வந்தால் பல தூரம்
    பின்னோக்கிச் செல்லவே வேண்டும்.

எங்கள் ஊர் பேருந்தில் பயணிப்போர்
    தைரியம் கொண்டவரே அதனினும்
தங்கள் கவனஞ் சிதறாது பேருந்தையே
    அன்றாடம் இயக்கும் ஓட்டுநர்கள்
    இன்னொரு இராணுவத்தினரே....

சொந்த வீடு....

யாரறிவார் நாமழிந்து பல நூற்றாண்டு
        கழிந்ததன் பின் அப்போதையவர்
பாரறியச் சொல்வாரோ எம் பாட்டனின்
        சொந்த வீடு இதுவே என்று.

நிகழ்காலப் பல நிகழ்வில் மூத்தோரும்
        மரித்தபின்னே அவ்வீட்டிற்காய்ப் பல
புகழ்மிகுங் குலத்தோரும் மூலப்பத்திரந்
        தேடி அலைகின்றார் அழிக்கின்றார்.

பரிசுப் பொருளெனவே வெள்ளையரும்
        வேந்தர்களும் தங்குதற்க்காய்த் தந்த
தரிசு நிலம் பலவும் கோடு கிழித்தே
        சொந்தவீடாய் இன்று விற்பனையில்.

சொந்த வீடெனினும் நம் பிணத்துக்கு
        இடமில்லை.ஊரின் மண்ணறையில்
தந்த இடத்துக்கும் இன்னொருவன் வர
        இருப்பானூன் அழியாதி ருப்பதில்லை.

பிணக்குழியும் சொந்தமிலா வாழ்விலே
        எத்துனையாம் ஏற்றத் தாழ்வுகளும்
பணக்குவியல் சொந்த வீடு தரும் அப்
        பணம்கொண்டு உயிரை விலைக்கே
        வாங்கிடத்தான் முடியாதே....

நீல வானம்...

நீலவானமே...

நீ
கடல் மகளைப் பிரதிபலிக்கும் கண்ணாடி.

நீ
கழுதை சுமக்கா வெண்பஞ்சுப்
பொதிகளின் ஊர்வலப்பாதை.

நீ
பகல்நிலவு சாத்தியப்படும் வெண்மை
சூழா நீலத் திரை.

நீ
நட்சத்திர வண்டுகள் மொய்க்கும்
கருநீலக் கவின் மலர்.

எரிவாயு அடுப்பில் உன் நிறம்
எதிரொளிக்கிறது.

சில வீடும் பல பொருளும் உன் நிறத்தைச்
சட்டையாய் அணிகின்றன.

வானம் தொடுவோமென்றோரெல்லாம்
தொட்டாரோ இல்லையோ.

கவிஞர் பலர் உன்னைத் தொடாது
கவி படைப்பதில்லை.

பறப்பாய் வண்ணத்துப் பூச்சியே..

விண்ணில் வெட்டி மறைந்த மின்னல்
        கீற்றினைப் போல் இந்நாளில் நீ
கண்ணில் படாது மறைந்ததெங்கே
        வண்ணமிகு வண்ணத்துப் பூச்சியே.

பூக்களின் வண்ணத்தோடு போட்டியிட
        நிகர் எதுவுமில்லை என்பார் அழகில்
தாக்கி மனதைக் கவருமுன் சிறகுகள்
        தம் வண்ணமும் பூவோடு போட்டிதான்.

இடைவெளியற்ற வீடுகளும் ,ஓயாத
        புகைகக்கும் வாகனங்களும் எந்தத்
தடையுமின்றி இயற்கைக்கு மாறாகவே
        இயங்குத் தொழிற் சாலைகளும்,

இப்படியாய் சூழ்நிலையில் நிற்க நேரம்
        இன்றி அடுத்தவீட்டான் முகமறியாது
எப்பொழுதும் ஓடிக் கொண்டிருக்கும்
        நகர்ப்புற மனிதரின் வாழ்வினிலே,

மனதுக்குள் ஆயிரமாய் கனவுகளும்
        எண்ணங்களும் வண்ணம் மிகுந்த
உனது இறகுகள் போல் சிறகடித்த படி
        பறந்து கொண்டுதான் இருக்கின்றன.

ஹிதாயத்

இயற்கையின் அங்கமே உன்னிடமும்
    மன்னிப்பு வேண்டுகிறேன். உனக்கும்
துயர் தந்து கண்ணறியாது செய்து உன்
    படக்கோப்பை ரசித்து வாழ்கிறோம்.

மீண்டும் வருவாய் ,எம் மழலை நாளை
    மகிழ்வித்த வண்ணத்துப் பூச்சியே ,
தீண்டுமுன் மென்மை எம் மழலைக்கும்
    தருவாய், தொட்டுப் பின் பறப்பாய்.

வானவில்லின் வண்ணத்தைக் கடன்
    வாங்கி இறகில் வைத்த ஓவியமே,
மானமுண்டு அனைவர்க்கும் நிறத்தால்
    பேதமில்லை என்றுணரப் பறப்பாய்.

இமைகளை உன் இறகாக்கி எங்களன்பு
    குழந்தையரும் எமை மகிழ்விக்கிறார்
எமைத் தேடி வந்துனதழகால் மென்மை
    தரவே எமை நோக்கிப் பறப்பாய்.

மீண்டும் நான் குழந்தையாகிறேன் ஒரு
    முறையேனும் என்னருகே வந்தெனை
சீண்டிடுவாய் உனை நான் பிடிக்க ஓடிப்
    பறப்பாய் வண்ணத்துப் பூச்சியே....

புரட்சித் தீ....

ஒற்றைத்தூரல் கொட்டும் மழையாவது
          போல விடுதலை வேண்டியவனின்
குற்றமெதிர்த்த குரலோடு மற்றனைவர்
          இணைந்தே மூட்டுவதே புரட்சித்தீ.

வரலாற்றுப் பக்கங்களும் பரிசளிக்கும்
          வழி நெடுக மாந்தர் தம் புரட்சிகளை.
குரலாலும் பேச்சாலும் வீறுகொண்ட
          எழுத்தாலும் பலர் புரட்சி செய்தார்.

தொழிலாளர்க் கெனவும் பிறப்பால்
          தாழ்த்தப் பட்டோர்க் கெனவும் அதி
எழில்மிகு புரட்சித் தீ மூட்டினார் அதன்
          பலனில் குளிர்காய்ந்தொளி கண்டார்.

புதுமை யாவும் புரட்சியே உழவோ சிறு
          தொழிலோ விஞ்ஞானமோ எல்லாம்.
சதுக்கந்தோறும் சிலையென நிற்கிறார்
          அனைத்திலும் புரட்சித் தீ மூட்டியவர்.

எல்லாம் வரலாறாய்ப் போனதென்ன
          வேதனை.மாந்தர் துயர் வாழ்வுதனை
சொல்லா மொழியாக்கி அனைத்தே
          விட்டது யார் அப் புரட்சித் தீ தனை.

இந்நாளின் சில கிறுக்கல் திரைக்காம
          இசைத்தீனியாய்ப் போனதென்ன
செந்நாவும் இரட்டைப் பொருளாய் பண
          முடிக்காய் விலைப் பாட்டானதென்ன.

ஹிதாயத்

துப்பாக்கித் தோட்டாக்களும் வேகத்தில்
  சோர்வடையும். நல்ல எழுத்தாளனின்
எப்பாவுக்கும் நிகரில்லை நான் என்றே
  சரணடையும் சமாதானம் கேட்கும்.

வாள்முனையும் வாழ்விழக்கும் வாய்
  பிளக்கும் புரட்சி மிகு எழுத்தாணியின்
தாள்பணியும் வரிசை கட்டியதன் பின்
  நிற்கும் ஈடில்லை தானென நவிலும்.

சகத்தி லோருயிர்க்கே தீமை என்றால்
  தனிமனிதத் தீக்கிளம்பும் காகிதத்தில்
யுக ஆயுள் முடிந்தாலும் என்றும் அவன்
  வாழ்ந்திருப்பான் அவன் எழுத்தில்.

பச்சைக் காடுகளையும் பற்ற வைக்கும்
  எம் எழுத்தின் புரட்சித் தீ. சமூக
நச்சைக் கரித்தெரிக்கும் கனல் கக்கும்
  எம் எழுத்தாணியின் புரட்சித் தீ.

வானுமெங்கள் காகிதம், நீருமெங்கள்
  எழுத்தாணி மை, கனல் கூட்டிடத்
தானும் விழையுமே வளி, பூமி மீது தீது
  கண்டால் எம்மெழுத்து மாகும்
  " புரட்சித் தீ....."

ரகசிய கண்காணிப்பு...

விடலையெனும் பருவமுதல் சமாதியில்
சேரும் வரை நிரம்பிய பாவங்கள்.
கடலலையை மிஞ்சிவிடும் கணக்கிட
கணிப்பான்களும் அஞ்சிவிடும்.

தொடச்சுருங்கும் நாணமிகு பெண்
மழலைதனை நாசம் செய்கிறார்.
சுடரொளியாம் மாதர் கற்புதன்னை
காமங் கொண்டூதி அழிக்கிறார்.

சடத்தையும் நிலையாய் வைக்கமுடியா
தந்தையோ தாமீன்றோ கட்டிய
இடத்திற்காய் கொலையும் களவும் தம்
மன மொத்தே செய்கின்றார்.

தொடரியைப்போல் நீண்டு செல்லும்
பாவஞ்செய்கின்றார்.இறைவன்
பிடரிநரம்பினும் நெருக்கமாய் தம்மை
ரகசியமாய் கண்காணிப்பதை மறந்தே.

டாட்டூ மூக்குத்தி...

விண்மீனொன்று வலுவிழந்து உதிர்ந்த
படி பூமியில் விழுகையிலே எந்தன்
கண்மணியாளே உன் மூக்குத்தி அதை
வெள்ளைக் கல்லாக்கிக் கொண்டதோ

மின்மினிப்பூச்சி இருளை கிழித்தொளி
வீசுதல் போலுந்தன் மூக்குத்தியும்
பொன்னொளி வீசி இந்த விடிவிளக்கு
வெளிச்சத்தை மங்கச் செய்ததோ.

வாடாத மலராக, பிடுங்கினாலும் பின்
மீண்டும் கிளையேறும் அதிசய பூவாக
மாடா யுழைத்து வந்த மணாளனெனை
மயக்கும் மாணிக்கமும் ஆனதோ.

இப்படியாய் ஒரு கிழவன் தன் துணைக்
கிழவியிடம் கவி படிக்க ,மூக்குத்தியா
அப்படி என்றால் என்னவென்றாள் நவ
நாகரிக கொள்ளுப் பெயர்த்தி.

காதணியும் அணிகலன்போல் மூக்கில்
அழகுற அணிவதென்றான் கிழவன்.
தீதது தாத்தா ஏனோ உடலில் துளையிட
விழைவது என்றாளப் பெயர்த்தி.

பின்னொரு நாளில் பெயர்த்தியும் உரத்
தழைத்து கிழவனிடம் இங்கே பாரும்
என் மூக்குத்தி என்றாள். அவள் உடை
விலக்கி இடையும் முன்கையும் காட்டி

ஈசலின் முதுகில்

கரும் பொட்டொன்றை என் மூக்குத்தி
        என்றாள். வண்ணத்துப் பூச்சி பலவும்
திருமகள் முன்கையை அலங்கரிக்க
        இடையிலொரு நாகம் படமெடுத்தது.

இதுவன்றோ அணிகலனென்றே தன்
        வரைந்த உடலைக் காட்டினாள்.இட்ட
அதுவும் மௌனமாய்க் அக்கிழவனைப்
        பரிகாசமாய்ப் பார்த்து நகைத்தது.

டாட்டு இதன் பெயரே இதுவுமிருப்பின்
        அணிகலனேதும் வேண்டாமென்றாள்.
கேட்ட கிழவன் திகைத்தான்.பின்னர்
        வயிறும் குலுங்கிடவே நகைத்தான்.

கழுத்தும் காதுமூக்கும் இடையுமெல்லா
        மணியும் அணிகலனும் மூத்தோர்தம்
பழுத்த அறிவினால் வந்துதித்தவையே
        அலங்காரமும் அறிவியலு மென்றான்.

நாகரிகப் பெயரில் பலவகை உருவமும்
        பச்சைகுத்தலின் புது வடிவில் இங்கே
தேகமெலாம் வரையும் புதுத்தனமாய்ப்
        புகுந்ததென்றான் புத்தி சொன்னான்.

இப்படியும் ஒரு நாள் வரலாம். காதணி
        கூட வரையப்படும் காலமிது.எழில்
தப்பாது அழகூட்டும் அணிகலன்களே
        பெண்ணுக்கு அழகென்போம் அதில்
        மூக்குத்தியும் ஒன்றென்போம்....

மன அழகு.

சுத்தப் படுத்துகையில் தான் எதுவுமே
    அழகு பெறும்.நம் மனம் அதுவும்
தத்தித் தவழும் மழலைப் பருவத்தில்
    தான் குறைவிலாத அழகாயிருக்கும்.

வளரும் நாளில் நிகழும் சூழல் மனதை
    அழகாக்கும் சில அழுக்காக்கும்.
உளறும் வாயும் உள்ளத்திரை முகமும்
    அவைகளையே மெய்யாக்கும்.

பொல்லாத கோபமும் பொய் புரட்டும்
    பொறாமையும் கெடுதலும் யாவும்
அல்லாத செயலன்றோ மனதையே மிக
    அழுக்காக்கும் செயல் அன்றோ.

வாய்மையும் ஈகையும் கருணையும் நல்
    இரக்கமும் இறைநினைவும் மனதை
தூய்மையாக்கி விடுமன்றோ .தூய்மை
    என்றும் என்றென்றும் அழகன்றோ.

ஒற்றுமையின் பலம்.....

தன்னெடையிலெட்டு மடங்கினையும்
    சேர்த்துச் சுமக்கும் எறும்பதுவும்
தன்னிச்சையாய்த் தான்தோன்றியாய்
    திரிந்ததெங்கும் கண்டதுண்டோ.

ஓய்வறியாத் தேனீயதும் மலர் தேடிச்
    சென்றீட்டும் தேனினையும் எண்ணந்
தேய்ந்து தனிக்கூட்டில் தானிருந்ததை
    சேமித்து வைக்கக் கண்டதுண்டோ.

புலர்ந்திட்ட புதுப் பொழுதை வாழ்த்துக்
    கூறி வரவேற்கும் புள்ளினமும் நல்ல
மலர்ந்திட்ட மலரிதழ் போல் ஒன்று கூடி
    பாடாதி ருக்கவும் கண்டதுமுண்டோ.

தாகந் தீர்க்க வரும் விலங்கினமும் தன்
    தேவையதும் தீர்ந்தவுடன் தனியாய்
வேகமெடுத்து தன்கூட்டம் நீங்கிடவே
    ஓடிப் போனதையும் கண்டதுண்டோ.

ஹிதாயத்

காலங்காலமாய் சிங்கமுங் காளைகள்
    நான்குமெனுங் கதையும் ஒற்றுமைப்
பாலத்தின் பயன்கூறிச் சிறார் காவிய
    மென நிற்பதும் நம் நினைவிலுண்டோ.

ஒரறிவு முதற்த்தொடங்கி ஐந்தறிவு சக
    உயிரியெல்லாம் ஒற்றுமையாய் வாழ
பாரதத்தின் பிள்ளையரோ சாதி மதத் தீ
    விழுங்கி வெறுப்புமிழ்தல் நன்றோ.

இறைதொழும் முறையது கோவிலோடு
    முடியட்டும். சாதியுங் கோத்திரமும்
உறைவிடத்தோடு அடையட்டும். மனித
    இனமாய் ஒன்றுபடுதல் நலமன்றோ.

குடும்பத்தில் தொடங்கட்டும் பிணக்கு
    அற்ற ஒற்றுமையும். சமூகத்தில் மிகக்
கடும்பகையும் மறையட்டும் ஓங்கிடும்
    மானுட ஒற்றுமையின் பலத்தாலே...

திரையரங்கு..

கதையும் வசனமும் பாடலும் ஆடலும்
    உடலின்மொழியும் கலந்த நடிப்பும்
சிதையா அழகுடன் மனதும் மகிழ்வுற
    அரங்கேற்றும் ஒரிடம் திரையரங்கம்.

ஆற்று மணற்பரப்பாய் இருந்த அதுவும்
    கட்டிடத்தில் கம்பீரமாய் அடைபட்டது
கீற்றுகொட்டகை வளர்ந்து செயற்கைக்
    குளிரோடு செல்வந்த இடமானது.

மொழி இலா சைகைப் படந் தொடங்கி
    கறுப்பு வெள்ளையாகி பல நிறமாகி
விழியுஞ் செவியும் லயித்திருக்க வாய்
    அடைக்கும் ஒரு விந்தை உலகம்.

பலர் உழைப்பால் உருவெடுத்த படம்
    அதுவும் விற்பனைக்கு அரங்கேறும்
பலனளிக்கும் ஒரிடம், வரவும் இழப்பும்
    தரத்திற்கும் கருத்திற்கும் தருமிடம்.

ஹிதாயத்

திருவிளையாடலெனும் தெய்வீக படம்
        கருத்துள்ள ஆயிரம் படந் தந்த இடம்.
இருட்டு அறை என பெயரிட்டு குடும்பக்
        கூட்டம் செல்ல கூசிய அந்த இடம்.

சிந்தித்தலும் சிரித்தலும் சமூக நலனும்
        படமாய் திரையரங்கு வந்து அந்நாள்
சிந்தையெலாம் காமமேற்றித் திருப்பி
        அனுப்பும் திரையரங்கம் இந்நாள்.

சுவர்ச் சித்திரமும் பல கவி சொல்லும்
        கருத்து சொல்லும், நவீன உலகை
கவர்ச்சி குறைத்து கருத்தை நிறைத்து
        சீர்திருத்த மீண்டு வா திரையரங்கே.

பிரித்தலும் பிரித்தல் நிமித்தமும்.....

அடுக்கி வைத்த காகிதக் கட்டுகளை
    பிரித்தலில் மும்மரமாய் இருக்கிறார்.
முடுக்கி யவர் யாரோ அறியவில்லை
    பிரிக்கப்படுபவரும் தெரியவில்லை.

ஆயிரங்காலத்துப் பயிரென்னும் திரு
    மணத்தை முடித்த யாரோ இருவர்
பாயின் சூடடங்கும் நேரம் கூட காத்து
    நிற்க முடியாது பிரிந்துள்ளார் போல.

வாதங்கள் கேட்டு முடிவெடுத்த வரை
    பிரித்தலே நன்றென்று பலப்பல
மாதங்கள் கடந்ததன்பின் பிரித்தல்
    நிமித்தமாய் தீர்ப்பளித்தார் நீதிபதி.

.

சுயத்தை இழந்து....

பொம்மையே ,

மழலையில் ஏழ்மையால் நிராகரிக்கப்
பட்டபோது,

தகுதியின் காரணத்தால் புறக்கணிக்கப் பட்டபோது,

நண்பனைக் காப்பாற்ற நான் அவமானப்
படுத்தப்பட்ட போது,

முயற்சிகளின் முனையிலேயே நான்
பரிகசிக்கப் பட்டபோது,

வயிற்றுப் பிழைப்புக்காய் ஏய்ப்புகளை
ஏற்றுக்கொண்ட போது,

விடையிலாத கேள்வி தந்து அவளென்னை பிரிந்து
சென்ற போது,

ஊடலின் வேகம் உச்சத்தைத் தொட்டு
உணர்வுகளைச் சிதறடிக்கும் போது,

ஈசலின் முதுகில்

நாளைய உணவுக்கு உழைக்கையில்
கேலி கிண்டல் தகர்க்கும் போது,

பிறந்த நாள் முதல் விதி குத்தும் ஊமைக்
குத்துகளைத் தாங்கும் போது,

நீயாக மாறிவிட்டேனோ என்று கூட எண்ணத்
தோன்றும்,

இல்லை இல்லை உனக்கு எந்த உணர்வுமில்லையே,

நீயாகச் சில நேரங்களில் நடிக்கிறேன் நான்.......

ஹிதாயத்

மழலை மொழி...

உலகில் ஆயிரம் மொழி இருப்பினும்
உலகப் பொதுமொழியாய்த் திகழும்
கலகலப்பான அந்த மொழி ஈடுஇணை
இல்லாத உலகின் மழலை மொழி.

வார்த்தையும் முற்றுப்பெறாது வரிகள்
அதும் முற்றுப்பெறாது எனினும்
கோர்த்த சில எழுத்து கொண்டு நம்மை
சேரும் அமுதெனும் மழலை மொழி.

கெஞ்சலு மழுகையுங் கோபமும் வீம்பு
அதுவு மர்த்தமில்லாது வரும் மொழி
கொஞ்சுமதின் அர்த்தமும் தமை ஈன்ற
தாய்க்குமட்டும் புரியும் அதிசய மொழி.

பெரியவராய் ஆனதன் பின் தீயசொல்
பேசுவோரின் மழலை மொழியும் சிறு
வரிப்பேச்சும் நிச்சயமாய் ரசிக்கப்பட்டே
இருக்குமவர் பெற்றவரால் மற்றவரால்

பசுமரத்தாணியே மழலைமொழி பேசும்
காலமதும் .அதிலே அவர் முன் நல்ல
பசுமை மிகு நல் வார்த்தையே பேசுவீர்
அவர் முதுமை வரை இனிக்கும் அம்
மழலை மொழியே..

யானை....

வரலாற்றுப் போர்ப்படையின் அங்கம்
    என வாழ்ந்திருந்த யானைகளை
விரலில்லா கை நீட்டி ஆசி வழங்கி
    யாசிக்கவே வைத்து விட்டார்.

காடுகளில் அவை இடத்தில் வீடுகட்டி
    மின்வேலிகளைப் போட்டுவிட்டார்
கேடுதர தந்தம் எடுத்தும் உணவிலே
    வெடிவைத்தும் கொன்றொழித்தார்.

ஏமாளியாய் அப்பாவியாய் அப்பெருத்த
    உருவமும் சில வேளை உணவுக்காய்
கோமாளியென குதித்தும் நடித்தும்
    அவர்களுக்கும் சோறு போடுகிறது.

உயிருணர்வில் சினம் இயற்கை மனித
    மிருகங்களும் உயிர் அழிக்கிறதே.
கயிறான சங்கிலிக்கு கட்டுப்படும் அந்த
    யானைக்கு மதம் பிடித்தல் குற்றமா.

வேடரென யானைகட்கு தீங்கு பல
    தந்து அவை வாழ்வழித்த மனித
மூடரும் பதாகை வைத்தார் எச்சரிக்கை
    யானைகள் உலவும் பகுதி என்றே...

ஹிதாயத்

ஆளில்லா சாலைகள்....

சகுனத்தால் சபிக்கப்பட்ட பூனைகளும்
வெகுமகிழ்வாய் ஓடி இரை தேடுகிறது.

காவலெனத் திரியும் நாய்களும்
பாவமெனச் சோர்ந்தே கிடக்கிறது.

கூச்சலிலா அவ்விடத்தில் இயற்கைப்
பேச்சொலி அழகாய் கேட்கிறது.

சக்கரங்களும்,மனித கால்களும்
எக்கனமும் தரும் பாரமின்றி,

கேளிக்கை மகிழ்வு கொண்டு இன்று
ஆளில்லா சாலைகள் சிரிக்கின்றன..

பலாத்காரம்

அடுப்படி தாண்டா பெண்ணவரும்,
தடுப்புகள் தாண்டி வீதி வந்தார்.

பெண் திறனை யாவரும் அறிந்தார்,
மண் காக்கவும் பெண்டிரே விரைந்தார்.

கரப்பானுக்கஞ்சிய காலம் போய் ,வயல்
வரப்பு முதல் வான் வரையும் சென்று
வந்தார்

பெண்ணடிமை எனும் வன்குணத்தை
கண்ணகி யாகியே அவர் எரித்தார்.

இத்தனை கால உரிமைகளை அவர்
சத்திய மாகவே மீட்டெடுத்தார்.

இன்றைய தீமைகள் பெண்களுக்கே
நன்றல்ல அவரே திகைக்கின்றார்.

பெண்ணுக்குள் உள்ளது கடவுள் மனம்,
பெண்ணுக்கே உள்ளது தாய்மை மனம்.

பெண்களின் நன்மை நல்குணத்திலே
கண் கொண்டு தேடாதே காலிடுக்கிலே,

உன் தாய் தமக்கை போன்றவரே பெண்கள் எல்லாம்,
அன்பு காட்டு , காமமிலா நட்பு காட்டு, அவர்
மகிழ்வர்.

ஹிதாயத்

தாய்குலத்தின் தோழியரே கேட்டிடுவீர்,
பேயிரங்கும் காலமெல்லாம் இன்று இல்லை.

.

பேயெனவே திரிகின்றார்,பயிர் உமை
மேயும் வேலியாய் உலா வருகின்றார்.

முகமறியாக இணையக் காதல் பலவும் ,காமத்தை
நகக் கண்ணில் நஞ்சாக கொண்டதம்மா.

அடிவயிற்றில் இடி இறங்கும் மூன்று
நாட்கள்   ,
துடிப்படக்கித் திங்கள் சகித்த பெண்கள்
நீங்கள்   ,

எலும்பொடிந்த வலி சகித்த பெண்ணினமா,
வலுவிழந்த மகளிரென பெயர் பெற வேண்டும்?

கிலி கொள்ளட்டும் அவர் ,பிரசவத்தின்
வலி வென்ற உம் பெண் இனம் கண்டு.

வெளிக் கொணர்வீர் வீரத்தை வேலு நாச்சியார்
போல்,
வளி எங்கும் பரவட்டும் உம் வீரம் சூறாவளி போல்.

வென்றிடுவீர் பெண்ணினத்திற்கு கேடு தரும் தீமை
அதை
நன்றியுள்ள ஆண் பலரும் உள்ளார் உமக்குதவ.

நிழலே நீ...

என்னுடன் பிறந்தவனே
உன்னிடம் சில ஐயங்கள் கேட்பேன்.

நீ நல்லவனா ?
ஏன் ஒருபோதும் நீ என்
நல்ல செயல்களை ஊக்கப்படுத்தவே
இல்லை?

நீ கெட்டவனா ?
ஏன் ஒருபோதும் நீ என் தீய செயல்களை எதிர்க்கவே
இல்லை?

நீ சமூக விரோதியா?
அத்தனை தீய செயல்களின் அடைமொழியும் உன்
பெயரில் தான் உள்ளதே?

நீ பூச்சாண்டியா?
என் மழலைப் பருவத்தில் ஏன் என்னைப்
பயமுறுத்தினாய்?

நீ நட்புக்கும் இலக்கணமா?
ஆனால் நீ என் நண்பன் உருவில் இல்லையே?

நீ காதலின் காவியமா?
நான் மட்டுமல்ல பலரும் தம் காதலாக உன்னைத்
தான் சொல்கிறார்களே?

ஹிதாயத்

நீ பச்சோந்தியா?
ஏன் என்னோடு இருந்தும் வெளிச்சத்திற்கு ஏற்றபடி
உன் உருவ அளவை மாற்றிக்கொள்கிறாய்?

நீ சமதர்மம் போதிப்பவனோ?
மனிதனாய்ப் பிறந்தவர்க்கும் அனைத்து உயிருக்கும்
அனைத்துக்குமே கரு நிறம் தான் தருகிறாய்.

சரி எப்படி வேண்டுமானாலும் இருந்து விட்டுப் போ.

கண்காணிப்பு எந்திரங்கள் தண்டிக்க இயலாது
.ஆனால் சாட்சி சொல்ல இயலும்.

அதையும் அழிக்கவும் திருத்தவும் முடியும்.

ஆனால்,
நீ
என் நன்மையையும் தீமையையும் எடை போட்டு
காத்திருந்து தண்டிக்கும் கண்காணிப்புக் கருவி.

இறைவன் பார்த்துக்கொண்டிருக்கிறான் என நம்பும்
அனைவருக்குமான கண்காணிப்பு எந்திரம்.

மழலைபருவத்தில் பெற்றவரின் நிழல்
இளமைப்பருவத்தில் துணையின் நிழல்
முதுமைப் பருவத்தில் தம் பிள்ளைகளின் நிழல்
கடைசியாக மண்ணறையின் நிழல் .

மறு ஜென்மமோ மறுமை வாழ்வோ,
சந்தேகமே இல்லை மண்ணறை நிழலாக இருக்க
நீயும் ஒரு சாட்சி தான்.

கடல் புரத்தில்.....

வாரவிடுமுறை நாளென்று நினைத்துக்
    கொள்கிறதோ இந்தக் கடற்புரமும்
சேர விளையாடிய மழலையை எண்ணி
    அலைகொண்டு கரைவரை ஓடிஓடி

வந்து அக்குழந்தையென கரையைத்
    தொட்டுத் திரும்புகிறது .என்னவொரு
விந்தை விளையாட்டில் எத்தனை
    முறை தொட்டாலும் பெரிய மனதோடு

மீண்டும் தானே ஓடித் துரத்துகிறது.
    தனிமை மறக்க கடலதுவும் கரையை
வேண்டிவிரும்பும் விளையாட்டுத் தோழ
    னென ஓடிஓடித் தொட்டு மகிழ்கிறது.

எதிர்த்துருவம்....

ஒத்த குணம் தேடி காதலும் மணமும்
    புரிந்து மனங்களித்த வேளையில்
மொத்த மாந்தர் வாழ்ந்திடுவார் காந்தம்
    போலிணைந்து வாழ்க வென்றே.

வேடிக்கை கேளீர் ஒத்த புறம் ஒட்டாது
    காந்தமதில் விலகியே செல்லும்
தேடிச் சென்றிணைய முயன்றாலும்
    விலகும் விலக்கும் பார்வையிலே.

ஒட்டாக் காந்தமென எதிரெதிர் துருவம்
    என ஒத்த குணதுருவமும் விலகிடவே
விட்டுக்கொடுத்து வாழ்கவென்பார், இப்
    பதந்தான் சரி காந்தப் பார்வைக்கே.

காந்தமும் ஓர் ஆசானே ,தம்பதியர் விழி
    மொழி பேசிடினும் நா கொடியதே இச்
சாந்தமெனும் நற்குணமும் சினம் விலக
    காந்தப் பார்வைக்கு வழியாகிடுமே...

தாலாட்டு.......

கார் மேக கருமை கொண்டு
கன்னத்தில் பொட்டிடுவேன்!
வேர் கொண்ட மஞ்சள் அதை
முகத்திற்காய் வெட்டிடுவேன்!
பார் ஆளும் ராணி என்றே
வாழ (அரண்) மனை கட்டிடுவேன்!
மார் மீது எழில் மகளே,
புவி மறந்து கண்ணுறங்கு!!!!!

மிட்டாய் தாத்தா.......

காகித உறையில்லா கைவண்ணத்தில்
        உண்டான இனிப்புப் பண்டம்.
பாகிலூறும் தேன் கடலை தேங்காய்
        எள்ளெனும் பலவகைப் பண்டம்.

தாகித்த பள்ளிச்சிறு இடைவேளையில்
        கூறென வைத்த தாத்தாக்களிடம்
மோகித்து வாங்கி அசை போட்ட நல்
        அமுதெனும் இனிப்புப் பண்டம்.

அகவை தாழ்ந்து அன்றாட வயிற்றுப்
        பிழைப்புக்கும் பொழுதுபோக்கிற்கும்
முகந் தெரியா பிள்ளைகட்கும் அள்ளித்
        தரும் பெட்டிக்கடை தாத்தாக்கள்.

சுகமெனும் ஓய்வகற்றி மிதிவண்டி யிலும்
        தோள் மேல் துணிப் பை கொண்டும்
நகமதும் காலிலே தேய்ந்து விட நடந்து
        அலைந்த மிட்டாய் தாத்தாக்கள்.

தொண்ணூறுகளின் குழந்தைகட்கு ஓர்
        வரப்பிரசாதம் மிட்டாய் தாத்தாக்கள்.
கண்ணாமூச்சியாய் இந்நாளில் குறுகி
        குறைந்தும் விட்டார்கள் "மிட்டாய்
        தாத்தாக்கள்"......

துப்பறிவீர்

மணவாழ்வு ஏற்று வந்த துணை அதன்
            ஆவலும் கனவு மறிய துப்பறிவீர்.
குணம் கண்டு அஞ்சும் பிள்ளையர் தம்
            பாச எதிர்பார்ப்பு மறிய துப்பறிவீர்.

குடும்பத்தின் அச்சாணி பெற்றோர் தம்
            மனம் நிறைக்க கட்டாயம் துப்பறிவீர்
கெடும்பகை இன்றி என்றும் நட்புறவாட
            உம் நண்பரையும் துப்பறிவீர்.

செய்யும் செயலால் இழப்பும் வரலாம்
            குறைக்க செய்யுமுன் துப்பறிவீர்.
உய்யும் வழி பிறர்க்கும் தீமை இல்லாது
            இருக்க செல்லும் வழி துப்பறிவீர்.

ஆராய எதற்குமோர் எல்லை உண்டு
            அவ்வெல்லை தாண்டாது துப்பறிவீர்.
சேராத நிலை கூட வந்துவிடும் உறவில்
            உணர்ந்தே கவனமாகவே துப்பறிவீர்.

நிகழ்காலப் பிள்ளையரோ இணையக்
            குழந்தைகள் அவர்களைத் துப்பறிவீர்.
இகழ்ச்சி வந்து சேரும் இணையத்தால்
            கண்ணும் கருத்துமாய்த் துப்பறிவீர்.

எப்பொருளும் மெய்யல்ல என்பதுவும்
            வள்ளுவம். தவறல்ல நெறிப்படுத்த
துப்பறிதல் அவசியமே,பார்த்திருப்பான்
            இறைவன் என்னும் துப்பறிவாளன்.

பயம் ..

மழலை நாட்களில் பூச்சாண்டியின் பயம்,
பள்ளிக்கூடத்தில் வீட்டு வேலையின் பயம்,
புதிய வேலையில் பழகும் வரையும் பயம்,
சொந்தக்காலில் நிற்கையில் வாழ்வின் மீது பயம்,
பிள்ளைகளைப் பார்க்கையில் எதிர்காலம் மீது பயம்,
மூப்படைகையில் ஆதரவுக்கான பயம்,
பயமின்றி வாழ முடியாது.
பயத்தோடே வாழ்ந்தால் அது வாழ்வே கிடையாது ...

மணமாலை...

வார்த்தை அடுக்கி உருவாகும் அழகிய
கவிதை போலவே பலவகை மலரும்
கோர்த்து எழிலும் மணமும் வீசிடுமோர்
அடையாளக் குறியீடு மணமாலை.

நாளெல்லாம் சூட்டும் கடவுளுக்கான
மாலை அல்ல .குறிப்பிட்ட சில நாள்
தோள் சேர்ந்து பூவியாபாரியும் மகிழும்
அடையாளக் குறியீடு மணமாலை.

செல்வம் நிறைந்த வாழ்வுடையோரின்
திருமணத்தில் அலங்காரங்களின்
நல்ல அழகோடு போட்டியிடும் அற்புத
அடையாளக் குறியீடு மணமாலை.

ஹிதாயத்

வறுமையின் விளிம்பிலும் மணவாழ்வு
    நிறைவு பெற சொத்தழிய கடனீட்டி
நறுமண வாழ்வு தரும் ஏழைத் துயரின்
    அடையாளக் குறியீடு மணமாலை.

பணவளமோ வறுமையோ இல்லறமும்
    நிறைவு பெற இனிமையான நல்ல
மணவாழ்வு தொடங்குவதில் முதன்மை
    அடையாளக் குறியீடு மணமாலை.

கொழுத்த உருவோ அழகோ கல்வியோ
    வறுமையோ ஏதோவொன்று தடுக்க
கழுத்திலேற கன்னியர் கனவு காணும்
    அடையாளக் குறியீடு மணமாலை.

திருமணத்தில் மனங்கள் இணையுமோ
    இல்லையோ வரதட்சணையும் இரு
மருமக்களின் விலைப்பேரமும் படிந்த
    அடையாளக் குறியீடும் மணமாலை.

துணி வியாபாரி.....

துணி வியாபாரிகளே, துணி வியாபாரிகளே!!
சேரிகளின் வீதிகளில் உள்ள வீடுகளுக்கு
சுற்றுச்சுவர் இல்லாதிருப்பதால்
,தம்பதியர் கூடி மகிழ இருள் தேடுகிறார்
.கனமான திரைத்துணி ஒன்றை வாங்கி வாருங்கள்.

துணி வியாபாரிகளே, துணி வியாபாரிகளே!!
அப்படியும் பெறப்பட்ட சில குழந்தைகள்
மேல்சட்டை இன்றியும் பள்ளிச் சீருடையை
அணிந்தும்
தம் வாழ்வினை ஓட்டுகிறார்.அவர்களுக்கு
துவைத்தாலும் கிழியாத
மாற்று ஆடை ஒன்றை வாங்கி வாருங்கள்...

துணி வியாபாரிகளே, துணி வியாபாரிகளே!!
முக்கியமாக எம் தாய்க்குலத்தோரின் கற்புக்கு
பாதுகாப்பளிக்க
எக்கரமும் உடைக்காத எந்த நெருப்பும் எரிக்காத
ஆடை ஒன்றை வாங்கி வாருங்கள்....

ஹிதோயத்

துணி வியாபாரிகளே , துணி வியாபாரிகளே!!
சாலைகளின் ஓரத்தில் தொடங்கி குளிரூட்டப்பட்ட
அறைகள் வரை
தேர்வு செய்பவர் இம்சையிலும் பேரங்களின் நேர
வீணடிப்பிலும்
முகங்கோணா வணிகம் செய்கின்றீர்.
மனிதத்தின் மானத்தின் தேவையெனும் உணவு
உடை இருப்பிடம் ஆகியவற்றுள்
உயிரினும் உயரிய மானம் காக்கும் வணிகத்தைச்
செய்கின்றீர்.
நன்றிகளை உரைக்கின்றோம் ..
மனித இனத்தின் சார்பாக………

பால் நிலவே,

அம்மா ஊட்டிய பிடிசோற்றின் கிண்ணம்
தொட்டாய்,

நண்பர்களோடு ஓடி விளையாடுகையில் நீயும்
கூடவே ஓடி வந்தாய்,

சம்பாதிக்கும் வயதில் இரவிலும் கடமை தவறாது
உழைக்க கற்றுத் தந்தாய்,

விடலைப் பருவத்தில் தக்க துணை வரும் முன் நீ
காதலானாய்,

காதலில் தோற்றபோது கவலை கேட்கும்
துணையானாய்,

இணையோடு வந்து இதோ என் பழங்காதல் என்று
காட்ட நீயும் ஓர்
இணையாக ஆனாய்,

என் பிள்ளை கைக்கெட்டிய வானத்து
விளையாட்டுப் பந்தாக ஆனாய்,

வயோதிகத்தில் பேரக்குழந்தைகளுக்கு
கதை சொல்லவும் ,இயந்திர உலகின் தனிமை
போக்கவும் நீ துணையாகவே ஆனாய்,

ஹிதாயத்

உழைக்கும் அனைவருக்கும் ஓய்வின் அவசியத்தை
அமாவாசை ஓய்வில் நீ
தெரிவித்தாய்,

வறுமையும் வளமையும் ஒன்றன்பின் ஒன்றென்று
வளர்தேய் பிறைகளால்
சொன்னாய்,

பௌர்ணமியில் வழிபாடுகளையும், பிறைகளில்
பெருநாள்களையும் அமாவாசையில்
படையல்களையும்
எங்களுக்குத் தந்தாய்,

அழகுக்கும் கவிதைக்கும் நீ உவமையாகவே
ஆனாய்,

அன்றும் இன்றும் என்றும் கட்டணமில்லா இரவு
விளக்காக நீ ஆனாய்,

தாலாட்டும் தாயாக, கவி தரும் பெண்ணாக,
அனைத்துக்கும் உவமையாக ஆனாய்,

பால் நிலவே வாழ்த்துகிறேன் ,எனக்குப்,
பின்னால் பலநூறு தலைமுறைக்கும்
எனக்களித்த இன்பமளிப்பாய்........

தேநீர் விடுதி....

மரத்தடி தள்ளுவண்டி ஓலைக்குடில்
        கட்டிடக்கடை எனப்பல நிலைதாண்டி
உரமெனும் உற்சாகத் தேநீரதைத் தரும்
        அன்றாடங்காய்ச்சித் தேநீர் விடுதிகள்.

அழகூட்டி பேக்கரியாய் பெயர்மாற்றம்
        கண்டும் வளர்ந்து பல இடங்களில்
பழச்சாறு தனைச் சேர்த்தி பழமுதிர்ச்
        சோலைகளாய் எழிலுடனே நிற்கும்.

சிலகாலம் தமிழ்நாட்டில் ஐயங்கார் அடு
        மனைகள் பிரபலம் அப்புறமாய் பின்
சிலகாலம் கும்பகோணம் டிகிரி காபி
        கடையதுவும் தேநீரில் மிக பிரபலம்.

எப்படியோ சுவைக்காக தேநீர் கடைகள்
        பல வந்தாலும் இன்றும் நிலைத்தே
அப்படியே நிற்கிறது நெகிழிப்பைக்குள்
        அடைபட்ட காரவகைகளுடன் பேக்கரி.

எத்தனையோ நவீனமும் வந்தாலும்
        சொந்த ஊர் நடுவே தாத்தா வின்
அத்தனை அன்பு கலந்த டவரா செட்
        தேநீருக்கும் நிகர் இல்லை.

புதுமனை புகுவிழா ஒருநாள் தான்
        புதுமனை புகுபவர்க்கு தினந்தோறும்
புதுப்பாலை பொங்க வைத்து புதுவிழா
        தினமும் கொண்டாடுகிறார்கள்
        டீக்கடைக் காரர்கள்......

ஹிதாயத்

ஊஞ்சல்..

தாய்ச்சேலையோ தங்கத் தொட்டிலோ
        ஆழ்ந்துறங்க வைத்த முதல் ஊஞ்சல்
காய்க்கும் மரக் கிளையில் நண்பரோடு
        ஆடி மகிழ்ந்த கயிற்று ஊஞ்சல்.

இல்வாழ்வின் பரிசாம் பிள்ளைகளும்
        ஆட ரசிக்கும் பூங்காவின் ஊஞ்சல்.
நல்வாழ்வு நடந்தேற உழைப்பாலும் நம்
        மனதாலும் நாளும் ஆடும் ஊஞ்சல்.

களிப்பாக பலர்க்கும் பிழைப்பாகவே
        சிலர்க்கும் உடன்வரும் ஊஞ்சல்.
துளிர்க்கும் நினைவுகளில் ஓர் மூலை
        ஒதுங்கி மகிழ்ச்சி தரும் ஊஞ்சல்.

ஒருவர் ஆட்டுவிக்க மற்றவராடும் நல்ல
        ஒற்றுமையின் சின்னம் ஊஞ்சல்.
இருகாலை உந்தி தன்னிச்சையாய் ஆட
        தன்னம்பிக்கையை தரும் ஊஞ்சல்.

ஏவுகணை நாயகன்....

அஞ்ஞான மிகுதியில் சிலர் கோளதை
    தம் விற்பனைப் பொருளாக்குகையில்
விஞ்ஞான அறிவு கொண்டு கோளுக்கு
    ஏவுகணை ஏவிய இந்தியத் திருமகன்.

கண்ணறியா அணுவதனைச் சோதித்து
    அறிவியலில் வெற்றி கண்ட திருமகன்
விண்ணுலகு சென்றாலும் இந்தியரை
    தலைநிமிரச் செய்த தலைமகன்.

வினவிடும் யாவினுக்கும் இன்முகமாய்
    பதிலளித்த ராமேசுவர எழில் மகன்.
கனவு காணச்சொல்லி எதிர்கால பாரத
    வடிவமைப்பை தந்த எளிய குடிமகன்.

அக்னிச் சிறகால் கனவுகளைப் பற்றி
    எரியவைத்த காவியமகன்.தலையில்
எக்கனமுமிலாது எளிமையாய் வாழ்ந்து
    பேக்கரும்பி ஙறங்கும் எளிய மகன்.

மீன்பிடித்தல் பிழைப்பெனும் கடற்கரை
    ஓரப் பகுதியின் ஓர் குழந்தை, விண்
மீன்களைப் படமெடுக்க ஏவுகணை ஏவி
    வென்று காட்டியது வரலாறன்றோ.

மலரின் ஸ்பரிஸம்...

மலரொத்த மென்மை மழலைக்கு
    உண்டென்பார் மறுப்பில்லை.
உலகத்தின் வட்டத்தில் மழலை
    யானோர் அன்புக்கு நிகரில்லை.

கடிகாரமுள் அதுவும் பன்னிரண்டை
    வலம் வருதல் போல்
தடி ஊன்றும் முதுமையதில் மீண்டும்
    மழலையாதல் உண்மை தானே.

தோல் சுருங்கி முடி நரைத்து பல்
    உதிர்ந்து மூப்பெய்தும் பெரியோரும்
பால் குடிக்கும் குழந்தையென அரும்
    குணத்தில் மென்மை கண்டிடுவார்.

கடும் உழைப்பால் காப்பேறிய கரங்கள்
    கவின்மலராய் மென்மை காணும்.
சுடும் சொற்கள் வலுவிழந்து அன்பு
    மொழியாய் மென்மை காணும்.

பெற்றவரைக் கண்டித்த கடுமை மாறி
    பேரக் குழந்தைகளோடு விளையாடி
சுற்றத்தார் பகைமறந்து உறவாடும் நல்
    உறவின் பலம் மென்மை காணும்.

நன்றாக கவனித்தால் நம் மழலை
        பொக்கை வாய்ச் சிரிப்பும் நமை
ஈன்றவர் தம் பொக்கை வாய்ச்சிரிப்பும்
        ஒன்றோடொன்று போட்டி போடும்.

பிறையொத்த நகவிரலில் நம் மழலை
        தரும் மென்மையும் நம் செல்வமென
இறை அளித்த முதிய பெற்றோர் தம்
        விரல் மென்மையும் ஒத்துப் போகும்.

மலர் மென்மை மழலைக்கு நிகர்
        என்றால் மழலை குணமடையும்
குலவிருத்தியாம் மூத்தோரின் நல்
        குணமும் மலரின் மென்மையே....

.

துப்புரவு பணியாளர்கள்...

நன்றாய்ப் பரிசுத்தமாய் நாம்
        செல்லும் சாலைகளும் பளபளக்க
என்றேனும் காரணந் தான் யாரென்று
        ஒரு நாழி யோசித்ததும் உண்டோ.

நாற்றமெடுக்குங் குப்பைகளும் வீட்டை
        நிறைக்க கொசுக்கள் பறக்கும்முன்
காற்றினும் வேகமாய் சுத்தம் புரிந்த
        அவர்களுக்கு நீரேனும் தந்ததுண்டோ.

கரம் விட்டுக் கழுவத் தயங்கும் வீட்டு
        நீர்த்தாரைத் தொட்டிக் கழிவுகளை
சிரமமின்றித் தூய்மை யாக்கியோர்க்கு
        சிறிதுணவாவது தந்த துண்டோ.

உடலிறக்கும் கழிவுக்குழிகளில் தூர்
        வார விசவாயுக் குழியிறங்கித் தம்
குடல் பிரட்டும் வாடை தாங்கி சுத்தம்
        செய்வோரை சகமனிதராய் நாம்
பார்த்ததுண்டோ.

ஈசலின் முதுகில்

அதிகாரப் பதவியில் தம் இருக்கையும்
    மேசையும் எச்சிற் பாத்திரமும் கூலி
நிதிக்காக முகங்கோணாது சுத்தம்
    செய்வோரைக் கனிவோடு தான்
பார்ப்பதுண்டோ.

கொடும் நோய்க் காலத்தில் கும்பிட்டு
    கௌரவித்து மற்றநாள் அவரிடம்
சிடுசிடுத்து வேற்றுகிரக வாசியென
    நடத்துதலும் மனிதத்திற்கு நன்றோ.

எழில்தரும் தூய்மைக்கு காரணமாய்
    இருப்போரே துப்பரவு பணியாளர்
தொழிலாய் அவர்க்கதை நிறுத்தி அவர்
    தமை ஒதுக்குதல் நன்றோ சிந்திப்பீர்.

.அதிகாலைக் குளிர்....

துயில் துவங்கி முடிந்தாலும் முடிந்தே
    மீண்டும் கண்களைத் தழுவினாலும்
வெயிலும் வெப்பத்தைத் தந்தாலும் அக்
    குளிர் எப்போதும் எமை நீங்காது.

கடும்பனியும் அடைமழையும் தவறாது
    எங்களை உறைந்த நிலை வைக்கும்
சுடும் சூரியனை என்றேனும் கண்டால்
    அவ்வதிசயத்திற்கும் மழைபொழியும்.

எப்பொழுதும் குளிர் இப்படி என்றால்
    அதிகாலை குளிரும் எவ்வாறிருக்கும்
வெப்பஆவி மேலெழும்பும் தேநீர் உடல்
    உறுப்பனைத்தும் உள்ளதுணர்த்தும்.

பள்ளிவாசல் தொழுகை அழைப்பும் நீல
    மலைவாழ்வோர் கோவிற் பாடலும்
பள்ளிக்கட்டு பாடலோடு பனிக்குளியல்
    இடும் பக்தர்களின் சரணமும்.

அதிகாலைக் குளிரெனும் தலைப்பைக்
    கண்டவுடன் அடிமனதும் குளிராகி
அதிவேகமாய் இந்நினைவுகளை முன்
    நிறுத்தி எழுதிடவே தூண்டுகிறது.

உண்ணும் பல காய்கனியும் கண்ணை
    வளப்படுத்தும் கிழங்கு பலவும் அம்
மண்ணுக்குள்ளிருந்து வெளிவரும்நேர
    மதும் அதிகாலைக்குளிர் பொழுதே.

புகைப்படக் கலைஞர்....

வேகமெடுத்த ஓட்டத்தின் ஓர் அடியை
  அசையாது நிறுத்திடவும் முடியுமோ,
தேகத்தின் மினுமினுப்பை வயோதிகக்
  காலத்தில் மீண்டும் காண முடியுமோ,

ஆர்ப்பரித்துப் பொங்கிடும் அலைகளை
  அப்படியே நிறுத்திடவும் முடியுமோ,
வார்ப்பின் முடிவுறா நிலையில் படைப்பு
  ஒன்றையே வியக்கத்தான் முடியுமோ,

வாடாத மலரொன்றை ரசித்து விழியில்
  எப்போதும் காணத்தான் முடியுமோ,
பாடாத பெரும் பாடகனை அனுதினமும்
  பாடாது கண்டிடத்தான் முடியுமோ,

சுழலும் புயற்காற்றை சுழற்றத்திலேயே
  அங்கேயே நிறுத்திடவும் முடியுமோ,
பழமொன்றைப் பலப்பல வருடமும் அது
  அழுகிடாது வைத்திடவும் முடியுமோ,

ஹிதாயத்

வரிந்து விழும் ஊற்று நீரை தரைபடாது
    அந்தரத்தில் நிறுத்திடவும் முடியுமோ,
எரிந்து கொதிக்கும் நெருப்பை சுடாமல்
    கையில் அள்ளிடவும் முடியுமோ.

உலவிக் கலையும் மேகங்களை நகராது
    வானில் நிறுத்திடவும் முடியுமோ,
பலவகைப் பறவையும் இறகு விரித்தும்
    பறக்காது நிறுத்திடவும் முடியுமோ,

முடியாதென்றால் அதுதான் இயற்கை
    அதை நாம் மாற்றிடத்தான் முடியுமோ,
முடியுமென்றால் செயற்கைப் புகைப்பட
    கலைஞனன்றி எவராலும் முடியுமோ...

பெண் தெய்வங்கள்..........

"பெண்ணே கடவுள் அன்னை தெய்வம்
பெருமை என்று பேசுகிறான்.
பெண் பேதைகள் என்றும் பீடைகள் என்றும்
மறுநாள் அவனே ஏசுகிறான்."

திரைப்படம் -பனித்திரை.
ஆண்டு- 1961.
எழுதியவர் - கவியரசு.

அடுத்த வருடம் அரைநூற்றாண்டு
காணவிருக்கும் கவியரசின்
தொடுத்த கணையாய் நிற்கும்
கருத்துள்ள பாடல் வரிகள்.

ஐம்பது வருடங்கள் தாண்டி வந்தும்
பெண்ணுரிமையில் மட்டும்
ஐந்தறிவிலேயே வாழ்ந்து கொண்டு
காலத்தைக் கடத்துகிறார்.

பரிணாமத்தையும் அறிவியலையும்
வேகமாய் வளர்த்தவர்கள் கூடவே
தெரியாமல் பெண்ணின் த்திற்கான
ஆபத்தையும் வளர்த்து விட்டார்.

ஹிதாயத்

கள்ளிப்பாலை புகட்டி வயிற்றில்
    உதிக்கும் பெண் என்னும் விடி
வெள்ளிகளை மொட்டெனும் நிலை
    அதில் அழித்தொழிக்கின்றார்.

கட்டாயத்திருமணத்தால் கௌரவமென
    தம் பெண்மகவு என்னும் தங்கப்
பெட்டகத்தை தகரத்தோ டினைத்தே
    அக மகிழ்ந்து களிக்கிறார்.

வரதட்சணை எனும் கணவன் வாங்கும்
    பணம் இல்லாததால் கன்னியரும்
தரணியில் தாம் வாழு மட்டும் கன்னி
    கழியாது வாழ்ந்து மடிகிறார்.

தேகபலம் கொண்டே மணந்தவர் சிலர்
    மதுவுக்கும் மாதுவுக்கும் அதி
வேகமாய் அடிமையாகி துணையாளை
    கைம்பெண்ணாக்கி ரசிக்கிறார்.

கற்பொழுக்கம் பேணுவோரின் சூழல்
    தனைச் சாதகமாக்கி இச்சை தீர
கற்பதை சூறையாடி விலைமாதராக்கி
    பெண் உடலுக்கு விலை பேசுகிறார்.

விஞ்ஞான வளர்ச்சியதை நன்மை என
    போற்றுகிறார்.காமத்தின் கொடூர
அஞ்ஞான பார்வையதால் பிஞ்சு முதல்
    கிழவி வரை சீரழிக்கப்படுகின்றார்.

செய்திதரும் நாளேட்டில் நாள்தவறாச்
    செய்தியதாய்க் கற்பழிப்பு .உரிமை
மெய்யாக உண்டென்றால் மகளிர்க்கு
    இச்செய்திகள் கூறுஞ்செய்தி என்ன?

குரல் கொண்டெழும் செய்திகளும்
    இப்படித்தான் மிகையாய் உள்ளன.
விரல் விட்டு எண்ணுமளவே சில பெண்
    குலத்தாரும் நிம்மதியாய் வாழ்கிறார்.

பெண்விடுதலை பேசியவரெல்லாம்
    மண்ணுக்குள் சென்றுவிட்டார்.
மண் மீதே அவர் வாக்கை மாதர் பலர்
    உயிர்ப்பித்துக் காட்டுகின்றார்.

பெண் கடவுள்கள் என்னும் நிலையை
    பெண்கள் அடைய வேண்டாம் .
கண்ணில் தெரியும் சக உயிராய் அவர்
    உணர்வறிந்து மதித்தாலே போதும்.

.

மீன் தொட்டி...

மனதை எப்புறமும் அடைபட்ட மீன்
    தொட்டி என மாற்றி விட்டேன்.
எனது தொட்டி மீன்கள் வாழ்விலே
    பாடமொன்றை கற்றுக் கொண்டேன்.

எத்தனை கவலை வந்தாலும் மகிழ்ச்சி
    நிறைந்தே வழிந்தாலும் அவை
அத்தனையும் வரும்போது மிகையாய்
    குதித்தல் நமக்கே இழப்பென்று.

மேற்கூரையில் மோதி மரித்த மீன்கள்
    உணவளிக்கையில் மகிழ்ந்து
நாற்புறச் சுவர் தாண்டி குதித்து மரித்த
    மீன்களே அதற்கு உதாரணம்.

கேலி கிண்டல்.....

கேலியுங் கிண்டலும் கேடே பிறன்
        மானத்தையும் மனத்தையும்
வேலிதாண்டி விமர்சித்தே அவன்
        நாணச் செய்யும் போது.

உருவத்தையும் வளமையும் தொழில்
        அதையும் புத்தியையும் இன்னும்
பெருமகிழ்வோடு பலதையும் கேலி
        கிண்டல் செய்துளங் குளிர்கிறார்.

சகமனிதன் மனம் நோகச் செய்தல்
        பாவம்.சில தற்கொலையில் சேரும்
யுகமீதில் நகைச்சுவை யுணர்வதும்
        வேண்டும். பிறன் மனம் நோகும்
கேலிகிண்டலாய் அது வேண்டாமே....

மா மழையே வா....

கார்மேக மிரண்டு காதல் கொண்டால்
  மோகத்தால் உதிருந் துளியெனவே
பார்நனைத்துப் பசியாற்ற வியர்வைத்
  துளியாக நீ வா மாமழையே.

உருவமிலா உணர்வெனினும் உயிர்
  அனைத்தும் தாங்கிடும் ஏங்கிடும்
அருமருந்தாம் அன்பினை உன்போல்
  நிறைவாக்கி நீ வா மாமழையே.

ஆரம்பக் காதலதும் உடலை மட்டுந்
  தேடாது மணமுடித்துப் பின் ஒன்று
சேர புனிதக்காவியமாய் வாழ்வளிக்குங்
  காதலாய் நீ வா மாமழையே.

துரோகம் அறவே இல்லாமல் தோழமை
  தனக்கு தீதென்றால் உலகில் எவ்வித
விரோதமாயினும் எதிர்த்து உயிரையும்
  தரும் நட்பாய் நீ வா மாமழையே.

ஒற்றையொற்றைத் தூரலாயினும் நீ
  மண்ணடைகையில் மழையாகிறாய்
ஒற்றுமையோடு மாந்தர் வாழ நல்ல
  மனிதநேயமென நீ வா மாமழையே....

காடு....

கன்னி அவள் எழில்கூந்தல் அதனை
    வர்ணனையில் வடித்தே காடென்பார்
சன்னியாசம் செய்பவர்க்கும் அமைதி
    தரும் அழகான இடமும் காடென்பார்.

தன்னிறைவடைந்தும் அடையாதும் சவ
    உடலை அடக்குமிடம் இடுகாடென்பார்
இன்னவரென அறிய இயலாது உடலும்
    சாம்பலாகு மிடம் சுடுகாடென்பார்.

அன்னங்கொண்டு பசி அடைக்க சிலர்
    விறகு பொறுக்குமிடம் காடென்பார்
சின்னதும் பெரிதுமாய் மனிதனன்றி
    உயிர்கள் வாழுமிடம் காடென்பார்.

என்ன இது நாம் வாழுமிடம் குறுகியே
    உள்ளதே என்றே ஊற்றாய்க் காற்று
கன்னந் தழுவிட உயிர்மூச்சு நல்கிடும்
    தெள்ளிய மரங்கொண்ட காடழித்தார்.

அன்னியர் நாம் காட்டினுக்கே எனினும்
    காடின்றி நாமில்லை கேட்டிடுவீர்.
தின்னியராய் வேட்டையாடி உயிரையும்
    காட்டையும் அழித்தலும் நலமோ.

பின்னிட்ட மூளையின்றி இயற்கையின்
    அருள்வரங் காத்தால் அது பூக்காடே
தன்னிகரிலா நலவு தரும் ஒப்பீட்டுக்கு
    அழகுதரும் காடழித்தல் சாக்காடே....

வணிக வளாகம்.......

வானத்தின் இருள் இல்லை .விண்மீன்
கூட்ட நிகர் ஒளிர்வுண்டு. குளிர்ப்
பானத்தின் விலை கூட வளாகத்தில்
நேரே வானத்தை தொடுவதுண்டு.

கேளிக்கைப் பஞ்சமில்லை.உணவுகள்
கொஞ்ச நஞ்சமில்லை.சோளபொறி
வாளிகளில் அடைந்திருக்கும் அது இரு
நூறின் கீழ் விலை இருந்ததில்லை.

தாய்மொழியும் அதிகமாய் புழக்கத்தில்
இல்லை.சீன இந்திக்காரரின்றி இந்த
ஓய்வறியா வணிக வளாகமும் இயங்க
முடியவில்லை இது முடிவதுமில்லை.

விளைந்த பொருளுக்கல்ல விலை.அது
அடுக்கப்பட்ட அழகுக்கே அந்த விலை.
வளைந்து கொடுக்காத விலை. வளாக
பராமரிப்புக்கும் சேர்ந்த ஒரே விலை.

ஈசலின் முதுகில்

ஒவ்வொன்றிற்கும் ஒரு கடை இருக்கும்
       கடை அலங்காரத்திற்கேற்றபடி அங்கு
அவ்வப்போது விலை ஏற்றமுமிருக்கும்
       ஒரு போதும் விலையதும் குறையாது.

வாரத்தின் ஓரச் சுற்றுலாத் தளம்.பண
       வளம் உள்ளோரின் பெட்டிக்கடை.மன
பாரம் நீங்க வாரவிடுப்பில் சிலருக்கு
       வேடிக்கை மட்டுமே பார்க்கும்
              நடைப்பயிற்சி மைதானம்
                     வணிகவளாகம் .

மெரினா புரட்சி.

பொங்கலில் ஓர் நாளொதுக்கி காளை
  உதவிக்கு நன்றி செலுத்த பூசித்தும்
தங்கள் வீட்டுப்பிள்ளை அதனோடு கட்டி
  அணைத்து விளையாடும் தமிழினம்.

தமிழினத்தின் கலாச்சார அடையாளம்
  விலங்கு நலமென வேடமிட்டு காளை
திமில் தழுவ வந்த தடையை தமிழரும்
  அடித்து நொறுக்கி வென்ற புரட்சி.

மாடுகளும் துன்பமடையும் அதனாலே
  மடிக்கணினியில் விளையாடுங்கள்
வாடும்நிலை வேண்டாமென்ற மூடரும்
  உணர மூளையில் கொட்டிய புரட்சி.

சாதி மதந் தாண்டி தமிழர் உரிமையை
  மீட்டெடுத்து ,அனைவரும் தமிழரென
ஓதி உலகுக்கும் உரைத்து தமிழராய்த்
  தலை நிமிரச் செய்த புரட்சி.

பச்சைக் குழந்தை முதல் பல்லுதிர்ந்த
  கிழவரும் களத்திலிருக்க குரல்நசுக்கி
நச்சுத்தனம் செய்த ஆளுமைக்கும் ஓர்
  எச்சரிக்கை தந்த நிகரிலா புரட்சி.

ஈசலின் முதுகில்

சமூக விரோதிகள் யாரென்றும் கலவர
    மூட்டிகள் யாரென்றும் உண்மையான
சமூக ஒற்றுமை யாதென்றும் அழகுற
    அடையாளங் காட்டிய புரட்சி.

புரட்சிக்கும் விலை உண்டு.குருதி சிந்தி
    போராடிய தமிழரும் அடைக்கலம் தந்த
மரப்படகு மீனவரும் சந்தித்த இன்னல்
    விலையாகப் பெற்ற புரட்சி.

சங்கத் தமிழ் புரட்சியெலாம் ஏட்டோடு
    அழிவதில்லை. உதிரத்தில் ஓடிடும்
எங்கள் தமிழுக்கோர் இன்னலென்றால்
    நிகழ்வதையே காட்டிய புரட்சி.

குளிர்.....

நிலவுப் பெண்ணவளும் பணி முடித்து
ஓய்வெடுக்கக் கிளம்பி நின்றாள்.
உலவும் முகிலவளும் கதிரவன் வருகை
தனை எதிரொளித்துச் சிவந்தாள்.

பாடும் பறவைகள் பொழுதுணர்த்த நல்
வண்டுகள் ரீங்காரம் துயில்கலைக்க
தேடும் பிழைப்பினுக்கே மக்கள் சிலர்
குளிர் கருதாது அந்நேரம் நடக்க

பள்ளி செல்லும் பிள்ளையர்க்கும் கண்
ஆன கணவனுக்கும் பசி நீக்க
சுள்ளி வைத்த அடுப்புகளும் உலை
கொதித்து உணவையே உருவாக்க.

பொக்கைவாய் பெரியவரும் ஆவி எழச்
சுடும் தேநீரைக் குடித்தபடி மென்ற
சக்கையென அன்றைய செய்திகளை
எதிரெதிராய் விவாதித் திருக்க

ஆனந்தக் கண்ணீரோ குறைவாய் பனி
எனும் வடிவில் விழுகிறதே.ஆனால்
கனத்த குளிர் தருவது சூடு தரும் கதிர்
அவனிடம் கொண்ட ஒப்பந்தமோ.

கோர்வைப் படுத்தி இப்படியாய் அதி
காலைக் குளிரோடு கவி எழுத
போர்வையில் திடீரென குளிர் அதும்
வேகமெடுக்க நடுங்கியபடி நான்.

இயற்கையும் என்னவள் போல் பேசுமா
என்றேன். இனி பேசாது என்று முழு
முயற்சி கொண்டே குளிர்ந்த நீரை என்
மீது ஊற்றி எனை எழுப்பி விட்டாள்.

நான் இப்போது நடுக்கத்துடன்...

சாலையோர வியாபாரிகள்.

குடலழிக்கும் துரித உணவுகள்
     குளிரூட்டப்பட்ட அறையில்
உடல் நலமளிக்கும் இயற்கை
     உணவுகள் சாலையோரத்தில்.

சேரச்சொல்லும் விலை கருத்தில்
     கொள்ளார் சாலையோரத்தில்
பேரத்தில் விற்பவனின்கூறு காய்கனி
     விலை நிர்ணயம் செய்வார்.

யாசிக்காது அவர் உடலுழைத்து
     உண்கின்றார்.இனியாவது
யோசிக்காது அவர் குடும்பமும்
     பசியாற உதவி செய்வோம்.

விரதம்...

ஓய்வறியா துழைக்கும் ஐம்புலனுக்கும்
        சுயநினைவில் ஓய்வளித்து அவற்றின்
தேய்மானங் குறைத்து சீரமைக்க மனம்
        ஒப்பிக் கட்டுப்படுத்துதலே விரதம்.

உண்ணாதிருத்தலே விரதமல்ல ,மண
        வாழ்வின் பரிசாம் குழந்தை பெற
மண்சோறு உண்பது ,தீச்சட்டி சுமப்பது,
        தீ மிதிப்பது எல்லாமே விரதமாகும்.

வேண்டுதலின் பலனுக்கு முன்கூட்டித்
        தரப்படும் விலையாய் புலன்களையே
வேண்டாத செயல் தடுத்து இறைநினை
        வதை மிகையாக்குவது விரதமாகும்.

விரதமிருத்தல் நலமாக்கும் உடலையும்
        வளமாக்கும் உள்ளத்தையும் நமக்கு
வரவிருக்கும் துன்பமெல்லாம் அழிக்கா
        தெனினும் நிச்சயம் குறைத்திடுமே....

ஹிதாயத்

நதி போல ஓடிக்கொண்டிரு.....

உதிக்கும் ஊற்றாக உள்ள போததை
    உமிழ்ந்தே அசுத்தப் படுத்துவார்.
குதிக்கும் அருவியாய் உள்ள போததை
    குளித்தே அசுத்தப் படுத்துவார்.

பதிக்குந் தடமாய் நதியெனும் போததை
    கழிவுகொண்டே அசுத்தப் படுத்துவார்.
நொதிக்கும் ஆழ் கடலெனும் போததை
    எப்படியும் அசுத்தப் படுத்துவார்.

சதிக்கும் ஆட்பட்டே மனிதனால் கலங்கி
    அசுத்தப்பட்டாலும் பொறுமை காக்கும்
கொதிக்கும் சினமடக்கியே செல்லும்
    நதி போல மனிதா ஓடிக்கொண்டிரு.

நண்பன்....

உணர்வுள்ள மனிதரெல்லாம் உள்ளம்
      நிறையத் தேடும் ஓர் புது உறவு
கணக்கில்லை பள்ளியோ கல்லூரியோ
      பணியோ பக்கத்து வீடோ எப்படியோ

எவ்வுயிராகிலும் நட்பு தேடும் ஓரறிவு
      முதலாகி ஆறறிவு வரை அனைத்தும்
இவ்வுலகம் நட்பின்றி இயங்காது உயிர்
      அழிந்தும் நட்பும் நினைவாய் வரும்.

தோழமைக்காய் உயிர்தந்து காத்த பல
      கதையுண்டு உயிர்த் தோழனையும்
வாழவைக்கத் தம் வாழ்விழந்த நண்பர்
      கதை ஆயிரமாயிரம் இங்குண்டு.

ஆறுதலாய்ப் பேசுவதும் அன்பு காட்டி
      மகிழ்வதும் நண்பர் துயர் அதில்
தேறுதலாய்த் துணை நிற்பதும் நட்புக்கு
      நல்ல இலக்கணமே இப் பூவுலகில்.

இக்கால நட்பில் சில அறிமுகத்திலேயே
      மது குடிப்பாயா புகைப்பாயா என்று
தக்கபடி தமக்கென கூட்டுச் சேர்த்தே
      குடித்தும் புகைத்தும் மகிழ்கிறார்.

ஹிதாயத்

நல்லவைக்காய் நட்பு சேர்த்தல் நலம்
    தரும் புகை மது அருந்தல் போன்ற
அல்லவைக்காய் நட்பு சேர்த்தல் தீமை
    மிகத் தரும் உடலுக்கும் வாழ்வுக்கும்.

கொள்ளையனோ கொலையாளியோ
    தீயவனோ நண்பன் நல்லவனெனும்
வெள்ளை மனதே சிந்திந்துப்பார் உன்
    குணம் சொல்ல நண்பன் போதும்.

அத்தனை நட்பும் இப்படி அல்ல.சில
    நட்புகள் தந்த பாடம் இதுவே ஆனால்
எத்துனை உறவுகள் இருப்பினும் புது
    உறவில் சிறப்பு நல்ல நண்பனே....

கூண்டுக்கிளி.....

உச்சி மரமதில் மேகந்தன் மழைநீரை
    நேரேவாங்கும் கன்னிக் கூந்தலாம்
பச்சிலைகளோடு நிறத்தால் போட்டி
    போடும் பச்சைக் கிளிக் கூட்டங்களே.

உம் இரட்டைச் சிறகொடித்து திணை
    வைத்து கூண்டுச் சிறையடைத்து
தம் எதிர்காலச் சீட்டொன்றை உம் எதிர்
    காலம் அழித்து விட்டுக் கேட்கின்றார்.

நிறைந்த அழகுறும் மழலை மொழி
    போதாதென்று உம் நாக்குரித்தே
குறைந்த வார்த்தைகளில் உம் மன
    வேதனைப் பேச்சை ரசிக்கின்றார்.

பிள்ளையதன் பேச்சழகு வளர்த்திடவே
    தேன் தொட்டு வைக்கின்றார் கிளிப்
பிள்ளைக்கும் செம் மிளகாய்ப் பழமதை
    நாக்குரிந்து பேச்சு வரத் தருகிறார்.

பழவெடியில் மரித்த யானை பாவமென
    கிளிக்கூண்டின் அருகில் பேசுகிறார்
வழமமையாய் அக்கிளியும் யானையும்
    பாவமென்று எதிரொலித்து பேசியது.

எதுவாகிலும் உயிரன்றோ மனிதனின்
    பேச்சுமதற்கு தேவைதானோ உலகம்
பொதுவாக எல்லார்க்கும் .அடுத்தவர்
    சுதந்திரம் அழித்திடல் தகுமோ.

அமாவாசை....

தேய்பிறை நாட்களின் இறுதிநாள் நீ !
பேய் பிசாசுக் கதைகளின் களஞ்சியம் நீ !
உருவமும் அறியாக் காரிருள் நீ !
திருடனின் பார்வையில் நல்லவன் நீ !
பொல்லாத சூனியங்களின் நிகழிரவு நீ !
நல்லதாம் எந்நிகழ்விலும் இல்லாத நாள் நீ !
மனிதரால் புனையப்பட்ட தீயநாள் நீ !
தனிப்புகழ் நிலவின் ஓய்வு தானே நீ !
எப்போதும் நன்மை தரும் இயற்கையின் அங்கம் நீ !
இங்கே,
அப்துலுக்கும் அம்மாசிக்கும் பொதுவானவன் நீ.....

நம்பிக்கையின் ஒளிக்கீற்று....

வெகுநாளாய்க் காத்திருந்து கருவில்
உதிக்கும் அழகுக் குழந்தையதும்
வகுப்பறை தாண்டிட காலத்தில் சரி
எனக் கிடைக்கும் வேலையதும்,

பகுத்த நன்மை தீமையதால் சமூகத்தில்
மறைந்தும் நிற்கும் நற்பெயரும்
தகுந்த வொன்றாய்த் தாம் சந்திக்கும்
யாதிலுமே கண்ட வெற்றியதும்

உளி கொண்டே செதுக்கிய சிற்பமென
இன்னும் பல வாழ்வின் மகிழ்வதும்
ஒளிக்கீற்றாய் மின்னிடவே அவர்தம்
துணையாய் நிற்பது நம்பிக்கையே.

.

கிரீடம்....

எத்துனை பிறந்தாலும் பெண்மகவின்
    பிறப்பு தந்தைக்குக் கிரீடம்.
அத்துனை அழகும் கொண்ட அவர் தம்
    வளர்ச்சியது வாலிபத்தின் கிரீடம்.

கல்வி கற்று உலகறிகையில் பெறும்
    பட்டமதும் பெற்றோர்க்கு கிரீடம்.
செல்வி மாறி திருமதியாய் நற்பெயர்
    பெறுதல் தாய்க்குத் தரும் கிரீடம்.

எழில்மிகு மழலை ஈன்று மறுஉயிர்
    பெறுதல் கணவனுக்கு தரும் கிரீடம்.
தொழிலதனில் துணையாய் நின்று
    உழைத்தல் சம்பாத்தியத்தின் கிரீடம்.

குடும்பத் தலைவியாய் நற்பேறு பெற
    வழிகாட்டல் தாய்மையின் கிரீடம்.
நெடும்வயது ஆனபின் பிள்ளையர்க்கு
    ஆசிவழங்கல் முதுமையின் கிரீடம்.

மறையெல்லாம் உயர்த்திச் சொல்லும்
    மனிதத்தில் நிகரில்லாக் கிரீடம்.
இறை அளித்த வரமாகவே ஆணையும்
    பெற்றெடுக்கும் பெண்மை எனும்
    நிகரில்லாக் கிரீடம்.

தூக்கம்

என்னை
பெற்றவளின் ஆசி வேண்டும்
பொழுது என்னை தழுவாதே.

நான்
பெற்றவளைக் கொஞ்ச வேண்டும்
பொழுது என்னை தழுவாதே.

என்
உற்றவள் கதை பேச காத்திருப்பாள்
பொழுது என்னை தழுவாதே.

என்
முற்றுப்பெறா வரிகள் காத்திருக்கும்
பொழுது என்னை தழுவாதே.

எனக்கு
மற்றபடி வேலை இல்லை, துயிலே
பொழுது என்னை தழுவாதே......

மங்கையும் மாங்காயும்.....

முக்கனியின் ஒருறுப்பாம் மா அதுவும்
        பெண்ணவளும் ஒன்றென்பேன்.
சக்கரமாய்ச் சுழலும் பருவங்கள் இவர்
        இருவர்க்கும் ஒத்துப்போகும் .

துளிர்த்த மாஞ்செடியும் பெண் மழலை
        எனக் கொஞ்சும் மொழி பேசும்.
குளிர் காற்றில் மணம் பரப்பும் மாம்பூ
        அதுவும் பூப்பெய்தும் பெண்ணும்.

பிஞ்சிலே கவர்ந்திழுப்பர் மணமகள்
        துணைப்பெண்ணும் மாம்பிஞ்சும்.
நெஞ்சணியும் நகை இவர்க்கு உப்பும்
        மிளகாயும் அணிகலன் மாங்காய்க்கு

இணையில்லா சுவை அள்ளித் தரும்
        பழுத்த மாம்பழம் அதுவும் வாழ்வின்
துணையான பெண் தரும் சுகம் நிகர்
        இன்னொரு மகிழ்வும் இல்லையே....

மலை உச்சி .....

வானம் தெளிக்கும் வளமனைத்தும்
   உன்னால் முதலில் ருசிக்கப்படும்.
கானகத்தின் அழகனைத்தும் உன்னால்
   ஆவலோடு அள்ளி ருசிக்கப்படும்.

சிறுவர் முதல் கிழவர் வரை தொட்டுவிட
   முயற்சிக்கும் ஓர் உயர்ந்த எல்லை.
குறுகிய மனித வாழ்வில் இலக்குகட்கு
   நீ உவமையாகாது இருப்பதில்லை.

புகழுக்கும் கனவுக்கும் எல்லை வானம்
   என்பார் மறுப்பில்லை. அதற்கடுத்து
யுகத்திலு யர்ந்ததொரு எல்லை உனை
   அன்றி வேறொன்றும் காணவில்லை.

உச்சியி லிருந்து பார்க்க அத்தனையும்
   சிறிது தான்.இயற்கையின் வளமாம்
பச்சிலை அணிந்தபடி இயற்கையாய் நீ
   இருப்பதாலே உச்சத்தில் இருக்கிறாய்.

இயற்கைச் சமநிலையை எப்படியேனும்
   காப்பாற்றப் போராடும் போராளி நீ.
செயற்கை நெகிழிப்பைகளை சுற்றுலா
   குப்பைகளாய் சுமந்தபடி நிற்கிறாயே.

அவளோடு ஒரு பயணம்....

காரிருளைக் கண்ணெனும் முகப்பில்
    இருக்கும் ஒளி கொண்டே கிழித்தபடி
பாரிலுள்ளோர் உறங்கையிலே சாலை
    தனை அணைத்தபடி செல்கிறது.

காற்றோடு போட்டியோ நிலவோடும்
    பந்தயமோ விரைகிறது பேருந்து.
சோற்றுக் கென ஓரிடத்தில் சற்றே
    நின்றது நல்லவேளை தப்பித்தோம்.

நேர்பெறா அந்தக் குறை தூக்கத்தில்
    பேருந்தின் சன்னற்காற்று இதம் தர
மார்மீதே சாய்ந்துறங்கும் உன் அழகை
    கண்டு கவி புனைய எத்தனித்தேன்.

விடி விளக்கென ஒளித்த அந்த அரை
    இருளில் சற்றே குழப்பமடைந்தேன்.
மடி மீதெப்படி வந்தது அந்த திங்களதும்
    என்றே உனையே பார்த்தேன்.

காற்றின் ஆட்டு வித்தலுக்கே அழகாய்
    அடிபணிந்து நடனமிட்ட நெற்றிமுடி
வேற்றுக் கிரகமென அப்பேருந்தையே
மாற்றியது என்ன விந்தை.

ஊற்றென உதித்த ஆவலால் உன் முன்
    நெற்றியிலே முத்தமிட முனைந்தேன்.
மாற்று ஓட்டுநர் கதவை திறந்தே இடம்
    வந்து விட்டது இறங்கு என்றார்.

தெளிவாய் கண்கசக்கிப் பார்த்தால்
    கனவிலும் கவிதையா என்று
உளிபோல் ஒரு கரண்டியோடு ஒரு
    முடிவோடு தான் நிற்கிறாள்...

ஹிதாயத்

புலம்பெயர் தமிழர்கள்.....

சாதித்த தமிழர் பலர் உள்ளாரெனினும்
ஒன்றிரண்டே பெருமுவமையாகும்.
போதிக்கும் தமிழர் சொல்லும் செயலும்
உலகுக்கே முன்மாதிரி யாகும்.

புலம் பெயர்ந்தே பணி கொண்ட தமிழ்
மைந்தன் விண்ணின் கோள்களோடு
வலம் வரும் செயற்கைக்கோள் ஏவு
கணை நாயகனாம் கலாம் ஐயா.

தேடு தள தலைமையிடம் உலகையே
தன்னகம் கொண்ட கூகிள் அதை
நாடுவோர் பாராட்ட வளர்த்தெடுக்கும்
அமெரிக்க சுந்தரெனும் தமிழர்.

ஈசலின் முதுகில்

இவ்விருவர் போல் இன்னும் பலருண்டு
    உலகை தமிழனாண்ட கதையுண்டு
எவ்விடத்தில் புலம்பெயர்ந்தாலும் தனி
    ஒரு அடையாளம் தமிழர்க்குண்டு.

சிங்கப்பூரையும் கனடாவையும் மும்பை
    அதையும் இன்னும் பலநாட்டினையும்
அங்கமெனத் தாமிருந்து உருவாக்கி
    விட்டதும் புலம்பெயர் தமிழரன்றோ

துயர்மிகு இலங்கையர் போல் சிலர்
    அகதியராகவே நின்றாலும் தமிழர்
அயராது வந்தவரையும் வாழவைப்பார்
    புலம்பெயர்ந்து சென்ற இடத்தையும்
வாழவைப்பார்.

மனித நேயம் போதும்..........

திருநீறு அணிந்தவன் எனக்காகான்,
பெருந்தாடி வைத்தவன் எனக்காகான்,
அருட்தந்தை சேர்ந்தவன் எனக்காகான்,
குருதி ஒத்தவன் தானிதை கூறுகிறான்.

மனிதத்தை மறந்திங்கே மண்ணின்
புனிதத்தை கெடுத்தே மகிழ்கின்றான்.
நுனிப்புல் மேய்ந்தே மத நூல்களில்
இனியும் கலவர மூட்டுகிறான்.

மதமென்னும் பெயராலே பலர்
நிதமும் தம் வாழ்விழக்கின்றார்
வதம் செய்யாதீர் மனித வாழ்வை
மதவெறி வேண்டாம் மனிதநேயம்
போதும்...........

கருச்சிதைவு.

அறுவடைக்குத் தயாரான நெல்
    வயல் அழிந்து போனதுபோல்,
நறுமணம் வீசும் நன்மலரும்
    அழுகித் தான் போனதுபோல்,

மீன் பிடிக்கச் சென்ற படகு
    நீரில் மூழ்கிப் போனதுபோல்,
வான் நோக்கிச் சென்ற ஊர்தியதும்
    வழியில் வெடித்து போனதுபோல்,

களிமண்ணால் செய்த சிற்பம் கடைசி
    நொடியில் உடைந்தது போல்,
குளிர் தென்றல் இனிமை கெட்டு
    புயற்காற்றாய் போனது போல்,

மனம் முழுக்கத் துயர் கொண்டேன்
    மருத்துவ மனையில் நான் நின்று.
கனவானதே என் பிள்ளை வரவு
    கருச்சிதைவென்றார் வைத்தியரும்.

ஹிதாயத்

தனித்தீவு...

எப்புறமும் கடல் சூழ தனித்திருக்கும்
நிலப்பரப்பை தீவென்பார் அதில்
ஒப்பில்லா இன்பந்தருமென்று அதை
சுற்றுலாவால் அழகு படுத்துவார்.

அதுமட்டுமா தனித்தீவு நண்பரிலா புது
கல்விக் கூடமும் அறிமுகமில்லாத
புதுப் பணியிடமும் புது மணவாழ்வுமே
பழகிடும் வரையில் தனித்தீவுதான்.

மண்சரிவால் சாலை துண்டிக்கப்படும்
மலைப் பிரதேசப் பகுதிகளும் சூழ்
தண்ணீரால் தத்தளிக்கும் தலைநகரும்
கேரளமும் ஒருவகையில் தீவுதான்.

வெள்ளம் சூழ்ந்த அனைத்துமே தனித்
தீவுதான். கண்ணீராயினும் அதுவே.
உள்ளத்தின் ஊற்றில் எழுத்து நீர் சூழ
எழுதுபவர் மனநிலை தனித்தீவுதான்.

சொல்லாத காதல்...

தோல் நீங்கா கனிச்சுவை,
சூல் நீங்கா கருக்குழந்தை,

கூடு தாண்டா தேன் இனிமை,
காடு தாண்டா அழகு மயில்,

மடி இறங்காப் பாலின் ருசி,
கொடி இறங்கா முல்லை மணம்,- இவை

எல்லாம் சிறந்த தென்றால்,
சொல்லா என் காதலும் சிறந்ததென்பேன்.

யார் நான் ??

சறுகுகளைச் சுமக்க சங்கடப்படுகிறேன்,

பொறுமையின் எல்லை வரை சென்று
நிசப்தமாகிறேன்,

மலையளவு பாரம் இதயத்தை இறுக்கினாலும்
சிரித்துக் கொள்கிறேன்,

விலையில்லாத இன்பங்களில் மட்டுமே திருப்தி
கொள்கிறேன்,

புதிதாக இயற்கையின் அசைவுகளை இதயக்
கண்ணால் ரசிக்கின்றேன்.

பெற்றவர்க்கும் உற்றவர்க்கும் மற்றவர்க்கும்
என்னால் நிகழ்ந்த சிறு சிறு துன்பங்களை ஒரு
நாளில் ஒருமுறையேனும் நினைத்து வருந்துகிறேன்.

முற்றும் என முடிந்த புத்தகங்களின் அடுத்த
பாகத்திற்காக ஆவலோடு அதன் பின்னால்
ஓடுகிறேன்.

நான் இப்படித்தான் என்ற விரைப்பு மாறி ,எப்படி
இருந்த நான் என்று மனதுக்குள் மௌனமாய்
சொல்லிக்கொள்கிறேன்.

ஈசலின் முதுகில்

எரிகின்ற தீபங்களை விட்டு விட்டு அணையப்
போகிற தீக்குச்சிக்காக அனுதாபம் கொள்கிறேன்.

என்னால் தீயது எதுவும் நடந்து விடுமோ என்று
சமுதாயத்திலிருந்து என்னை நானே
தனிமைப்படுத்திக் கொள்கிறேன்.

இன்பமான தோல்விகளையும் ,இதயம் தாங்கா
தோல்விகளையும்
சமமாகவே வைத்துப்பார்க்கிறேன்.

ஈசலின் முதுகில் அமர்ந்து உலகை சுற்றி வர
ஆசைப்படுகிறேன்,விமானங்களை ஏனோ
விளையாட்டுப் பொருளாகவே பார்க்கிறேன்.

இப்படியாய் என்னுள் வந்த மாற்றங்களால் எழுந்த
ஒரு கேள்விக்கு பதில் தேடி அல்லும் பகலும்
அலைகிறேன். அது

உண்மையில் நான் பக்குவப்பட்டவனா?
கிறுக்குபவனா ? இல்லை கிறுக்கனா ?

போதை

கூட்டமான இடத்திலே ஓர் பூங்கோதை,
தீட்டினாள் கூர்மையாய் தன் காதை,

ஏறினான் மேடைமேல் ஓர் பேதை,
கூறினான் தன் தலைப்பென்றே போதை.

இயற்கையான வளம் இருக்க ,
செயற்கை போதை வேண்டாமென்றான்,

அவள் கூர்மையாய் வெறித்தாள்,
பொருளை ஏட்டில் குறித்தாள்,

புகை என்ற பொருள் மனிதர்க்கு
பகை என்று முழங்கினான்,

பாக்கு இடுவோரை நம் அரசு
தூக்கிலிட வேண்டுமென்றான்,

குடிப் பழக்கம் குடிப்பவனின்
குடியை கெடுக்கு மென்றான்,

உரையில் எத்தனை உண்மையென்றே,
உரைத்தாள் மங்கை தோழியிடமே,

இன்னும் பல கருத்துக்களை,முன்னும்
பின்னும் கோர்த் துரைத்தான்,

குழுமியிருந்த மாந்தர் பலரும்,
அழுவது போல் நின்றிருந்தார்.

ஈசலின் முதுகில்

பேச்சதனை முடித்து விட்டான் மாந்தர்
மூச்சதனை காத்து விட்டான்,

என்றே மங்கை நினைத்தவளாய்
நன்றென அவனை நாடலானாள்.

ஐயா உண்மைதனை உரைத்தீர்,
மெய்யதனை உணர்த்தினீர்,

நன்றே உம் கையெழுத்தை,
ஒன்றேனும் எனக்களிப்பீர்,

ஒரு நிமிடமென்றே அவன் நகர்ந்தான்,
கரும்புகையிலையை மென்றே உமிழ்ந்தான்

நங்கை அதிர்ந்தாள்,ஒருவன்
அங்கே ,ஐயா சரக்கு வாங்கிட்டேன்
என்றான்

போதை ஒழிந்தது,ஆம் ,அவள்
அவன் பேச்சின் மேல் கொண்ட
போதை ஒழிந்தது..............

ஹிதாயத்

ஹிதாயத்

www.ingramcontent.com/pod-product-compliance
Lightning Source LLC
LaVergne TN
LVHW051447170726
843492LV00002B/586